പുരാണങ്ങൾ പറഞ്ഞ കഥകൾ

കഥാ സമാഹാരം

രാജ്മോഹൻ . പി . ആർ

Made with ♥ on the Notion Press Platform
www.notionpress.com

<u>പുരാണങ്ങൾ പറഞ്ഞ കഥകൾ</u>

കഥകൾ ഇഷ്ടപ്പെടുന്ന എല്ലാവർക്കുമായി

പുരാണങ്ങൾ പറഞ്ഞ കഥകൾ

എന്ന , ഈ കൊച്ചു കഥാ സമാഹാരം
സമർപ്പിക്കുന്നു.

രാജ്മോഹൻ. പി. ആർ

ഉള്ളടക്കം

ആമുഖം

രാജ് മോഹൻ. പി. ആർ - തൃശൂരിലെ കുട്ടനെല്ലൂർ ആണ് സ്വദേശം. ഗൾഫിൽ ഫിനാൻസ് ഓഫീസർ ജോലി നോക്കുന്നു. തിരക്കേറിയ പ്രവാസ ജീവിതത്തിനിടയിൽ കിട്ടുന്ന സമയം സാഹിത്യ രചിച്ചകൾക്കായി മാറ്റി വക്കുന്നു. നിരവധി ഡിജിറ്റൽ ബുക്കുകൾ ആമസോൺ വഴി പബ്ലിഷ് ചെയ്തിട്ടുണ്ട്. തന്റെ തൂലികത്തുമ്പിൽ വിരിയുന്ന കഥകൾ / കാവ്യങ്ങൾ പല മാധ്യമങ്ങളിലും കുറിക്കാറുണ്ട്. നിരവധി സാഹിത്യ രചനകൾ പത്ര മാധ്യമങ്ങളിലൂടെ പ്രസിദ്ധീകരിച്ചിട്ടുണ്ട്. ആമസോണിലൂടെ 10 ബുക്കുകൾ ഡിജിറ്റലായി പ്രസിദ്ധീകരിച്ചു. നോഷൻ പ്രസ് വഴി 15 ബുക്കുകൾ പ്രിന്റ് എഡിഷൻ ആയി

പ്രസിദ്ധീകരിച്ചു.അക്ഷര മുദ്രയുടെ -ഹൃദയമുദ്ര കവിതാ സമാഹാരം , അക്ഷരം മാസികയുടെ കവിതാ സമാഹാരം , മഴതുള്ളി പുബ്ലിക്കേഷന്റെ കഥ , കവിതാ സമാഹാരം , സെൻട്രൽ യൂണിവേഴ്സിറ്റി തയ്യാറാക്കി കറന്റ് ബുക്ക് പ്രസിദ്ധീകരിച്ച പ്രവാസ കഥാ സമാഹാരം എന്നിവയിൽ രചനകൾ പ്രസിദ്ധീകരിച്ചിട്ടുണ്ട്. എം.കോം ബിരുദാന്തര ബിരുദദാരിയായാണ്. ഇദ്ദേഹത്തിന്റെ പ്രിന്റ് ചെയ്ത 15 ബുക്കുകൾ ആമസോൺ , ഫ്ലിപ്കാർട് എന്നിവയിലൂടെ ലഭ്യമാണ്.

ഭാര്യ - ധന്യ മേനോൻ

മകൻ - തേജസ്സ് . ആർ . മേനോൻ

മുഖവുര

പുരാണങ്ങൾ പറഞ്ഞ കഥകൾ

നിനവുകളിൽ നിറയുന്ന അക്ഷര കൂട്ടങ്ങളെ കഥകളായി ഞാൻ പരുവപ്പെടുത്തുന്നു. ഇഷ്ടമാകുമെന്നു കരുതുന്നു.

കടപ്പാട്

പുരാണങ്ങൾ പറഞ്ഞ കഥകൾ

കഥകൾ ഇഷ്ടപ്പെടുന്ന പ്രിയപ്പെട്ട ആസ്വാദകർക്കായി,

ഈ കൊച്ചു കഥാ സമാഹാരം സമർപ്പിക്കുന്നു. പുരാണങ്ങൾക്കും

അവ രചിച്ചവർക്കും എന്റെ കടപ്പാട് രേഖപ്പെടുത്തുന്നു.

രാജ്മോഹൻ. പി. ആർ

അവതാരിക

പുരാണങ്ങൾ പറഞ്ഞ കഥകൾ

നിനവുകളിൽ നിറയുന്ന അക്ഷര കൂട്ടങ്ങളെ കഥകളായി ഞാൻ പരുവപ്പെടുത്തുന്നു. ഇഷ്ടമാകുമെന്നു കരുതുന്നു.

കഥകൾ ഇഷ്ടപ്പെടുന്ന പ്രിയപ്പെട്ട ആസ്വാദകർക്കായി,

ഈ കൊച്ചു പുരാണ കഥാ സമാഹാരം സമർപ്പിക്കുന്നു.

രാജ്മോഹൻ .പി.ആർ

1

രാമായണത്തിലെ സുഗ്രീവൻ

സുഗ്രീവൻ ബാലിയുടെ സഹോദരനാണ്. സ്ത്രീവേഷം ധരിച്ച അരുണന് ഇന്ദ്രനിൽ നിന്നു ബാലിയും സൂര്യനിൽ നിന്നു സുഗ്രീവനും ജനിച്ചു. ഗൗതമ മഹർഷിയുടെ പത്നിയായ അഹല്യയുടെ സംരക്ഷണയിൽ വളർന്ന ബാലി സുഗ്രീവന്മാർ പിന്നീട് കിഷ്ക്കിന്ധയിലെ രാജാവായ ഋക്ഷരജസ്സിൻ്റെ വളർത്തു പുത്രന്മാരായി. ഋക്ഷരജസ്സിൻ്റെ മരണശേഷം ബാലി കിഷ്ക്കിന്ധയിലെ രാജാവായപ്പോൾ സുഗ്രീവൻ അദ്ദേഹത്തിൻ്റെ സഹായിയായി കഴിഞ്ഞു കൂടി.ഒരിക്കൽ ദുന്ദുഭി എന്ന മായാവിയായ രാക്ഷസനുമായി ഒരു ഗുഹയ്ക്കുള്ളിൽ വച്ച് ബാലി ഏറ്റുമുട്ടി. ആ ഏറ്റുമുട്ടലിൽ ബാലി കൊല്ലപ്പെട്ടുവെന്ന് തെറ്റിദ്ധരിച്ച സുഗ്രീവൻ കിഷ്ക്കിന്ധയുടെ

ഭരണം ഏറ്റെടുത്തു.

ദുന്ദുഭിയെ വധിച്ച് കിഷ്കിന്ധയിൽ തിരിച്ചെത്തിയ ബാലി കുപിതനായി സുഗ്രീവനെ രാജ്യത്തു നിന്നു പുറത്താക്കുകയും ഒപ്പം സുഗ്രീവപത്നിയായ രുമയെ സ്വന്തമാക്കുകയും ചെയ്തു.ബാലിയെ ഭയന്ന സുഗ്രീവൻ ഋശ്യമൂകാചലത്തിൽ അഭയം പ്രാപിച്ചു.രാമലക്ഷ്മണന്മാർ സീതാന്വേഷണത്തിൻ്റെ ഭാഗമായി ഋശ്യമൂകാചലത്തിലെത്തി സുഗ്രീവനുമായി സഖ്യം ചെയ്തു. അതു പ്രകാരം ശ്രീരാമൻ ബാലിയെ വധിച്ച് സുഗ്രീവനെ കിഷ്ക്കിന്ധയിലെ രാജാവാക്കി. ബാലി പുത്രനായ അംഗദനെ യുവരാജാവായും സുഗ്രീവ പത്നിയായ രുമയെ മഹാറാണിയായും ബാലി പത്നിയായ താരയെ അമ്മ മഹാറാണിയായും വാഴിച്ചു.ഹനുമാനെ സുഗ്രീവൻ്റെ മന്ത്രിയായും അവരോധിച്ചു. സീതാന്വേഷണത്തിനായി സുഗ്രീവൻ വാനര സൈന്യങ്ങളെ നാനാദിക്കിലേക്കുമയച്ചു.

സീതയെ കണ്ടുമുട്ടിയ ശേഷം ഹനുമാൻ മടങ്ങിവന്നു. തുടർന്നുണ്ടായ രാമരാവണയുദ്ധത്തിൽ സുഗ്രീവൻ വഹിച്ച പങ്ക് വളരെ വലുതായിരുന്നു. വാനരപ്പടയ്ക്ക് വളരെയധികം ഭീഷണിയുയർത്തിയ

കുംഭകർണ്ണനെ സുഗ്രീവൻ തലയ്ക്കിടിക്കുകയും ചെയ്തു.വശംകെട്ട കുംഭകർണ്ണൻ സുഗ്രീവനെ എടുത്തു കൊണ്ടോടി. പുറകിൽ പാഞ്ഞടുത്ത ലക്ഷ്മണൻ കുംഭകർണ്ണനെ എയ്തു വീഴ്ത്തുകയുണ്ടായി.

യുദ്ധാനന്തരം രാമാദികൾ അയോദ്ധ്യയിലേക്കു മടങ്ങിയപ്പോൾ സുഗ്രീവൻ അവരെ അനുഗമിച്ചു. അതിനു ശേഷമേ കിഷ്ക്കിന്ധയിലേക്ക് മടങ്ങിയുള്ളൂ. കുറച്ചു വർഷങ്ങൾക്കു ശേഷം സുഗ്രീവൻ്റെ പുത്രിയെ സഹസ്രമുഖരാവണൻ്റെ ദ്വിതീയപുത്രനായ ചന്ദ്രഗുപ്തൻ അപഹരിച്ചു കൊണ്ടു പോയി. വിവരമറിഞ്ഞ ശ്രീരാമൻ സഹസ്രമുഖനെ നേരിട്ടു. ശരമേറ്റ് സഹസ്ര മുഖൻ കാലപുരി പൂണ്ടു.

രാമൻ നടത്തിയ അശ്വമേധയാഗത്തിൽ സുഗ്രീവനും പങ്കുകൊണ്ടു. സൈനിക നിയന്ത്രണം സുഗ്രീവനെയായിരുന്നു ഏല്പിച്ചിരുന്നത്. അശ്വമേധം ഭംഗിയായി പൂർത്തിയായ ശേഷം സുഗ്രീവൻ കിഷ്ക്കിന്ധയിലേക്കു തിരിച്ചു പോയി ശിഷ്ടകാലം സുഖമായി വാണു !

(രാജ്മോഹൻ)

2

ഋഷ്യശൃംഗന്റെയും ലോമപാദന്റെയുംകഥ

അയോധ്യാ മഹാരാജാവ് ദശരഥന് കൗസല്യാ രാജ്ഞിയിൽ ചെറുപ്പകാലത്ത് ഒരു പെൺകുട്ടി ജനിക്കുകയുണ്ടായി .ശാന്ത എന്നായിരുന്നു അവളുടെ നാമം അക്കാലത്ത് ദശരഥന്റെ സുഹൃത്തും സഹപാഠിയുമായ അംഗ രാജാവ് ലോമപാദൻ സന്തതിയില്ലാത്ത തനിക്കു ഒരു കുട്ടിയെ ദത്തു കിട്ടണം എന്ന ആഗ്രഹം പ്രകടിപ്പിച്ചു .അയോധ്യ രാജൻ യാതൊരു മടിയും കൂടാതെ തന്റെ കുട്ടിയെ ലോമപാദനു നല്കി.തന്റെ വംശം നിലനിർത്തുന്നതിനും രാജ്യ പാലനത്തിനും പ്രയോജനപ്പെടാത്ത പുത്രിയെ വേറൊരാൾക്ക് നല്കിയതിനാലാവാം ദശരഥൻ പിന്നീട് ഏറെക്കാലം കുട്ടികൾ ഇല്ലാതെ വിഷമിക്കുകയും ,മുനികുമാരന്റെ ഹത്യയാൽ ശാപഗ്രസ്തനായ ദശരഥൻ പുത്ര ദുഖത്താൽ മരിക്കും എന്ന മുനിശാപത്തിന്റെ ഫലമായി

നാല് പുത്രനമാർ ജനിക്കുകയുണ്ടായി.

ഈ സമയം കൗസല്യാ പുത്രി ശാന്ത ലോമപാദന്റെ വളർത്തുപുത്രിയായി അംഗ രാജ്യത്ത് വളർന്നു.അംഗരാജ്യം അതിവരൾച്ചയാൽ പൊറുതിമുട്ടിയപ്പോൾ ദുരിതമകറ്റി മഴപെയ്യിക്കാൻ സ്ത്രീഗന്ധമറിയാത്ത ഒരു മുനി കുമാരൻ വേണമെന്നറിഞ്ഞ ലോമപാദൻ വൈശാലിയേയും തോഴിമാരെയും ഋഷ്യശൃംഗന്റെ അരികിലേയ്ക്ക് പറഞ്ഞയച്ചു.

മുനികുമാരൻ അംഗരാജ്യത്ത് വരുകയും യാഗാനന്തരം അംഗരാജ്യത്ത് മഴ പെയ്യുകയും ചെയ്യുന്നു.സന്തുഷ്ടനായ ലോമ പാദൻ ശാന്തയെ ഋഷ്യശൃംഗനു വിവാഹം ചെയ്തു കൊടുക്കുന്നു.ദിവ്യ ദൃഷ്ടിയിൽ കാര്യങ്ങൾ ഗ്രഹിച്ച വിഭാൺഡകൻ കൊപിതനായി അംഗരാജ്യത്ത് എത്തുന്നു.എന്നാൽ രാജ്യം മുഴുവൻ ഋഷ്യശൃംഗനു നല്കിയതറിഞ്ഞ മുനി ശാന്തനാകുകയും, ശാന്തയിൽ സന്തതികൾ ഉണ്ടായാൽ ആശ്രമത്തിലേയ്ക്ക് മടങ്ങണം എന്നും നിർദ്ദേശിച്ചു.കുട്ടി ജനിച്ച ഉടനെ ഋഷ്യശൃംഗൻ ആശ്രമത്തിലേയ്ക്ക് മടങ്ങി.

കുട്ടി വലുതായപ്പോൾ രാജ്യ ഭാരം അവനിൽ നല്കി ശാന്തയും ആശ്രമത്തിൽ എത്തി . കാലങ്ങൾ ഭർതൃ ശുശ്രൂഷ ചെയ്ത ശാന്ത ഋഷ്യശൃംഗന്റെ കാലശേഷം മോക്ഷ പ്രാപ്തിക്കായി തപം ചെയ്തു. അനന്തരം മഹാ വിഷ്ണു പ്രത്യക്ഷപെട്ട് ഇംഗിത വരം എന്തെന്ന് ചോദിച്ചപ്പോൾ എക്കാലവും സ്മരിക്കപ്പെടുമാറു ഈശ്വര തുല്യം ആരാധിക്കപെടുന്ന തന്റെ സോദരർ ശ്രീ രാമ ചന്ദ്രന്റെയും ഭരതന്റെയും മധ്യത്തിൽ ദേവീ ചൈതന്യമായി നിലനില്ക്കണം എന്ന് ആവശ്യപ്പെട്ടു .

അങ്ങിനെ മോക്ഷം നേടി ദേവീ ചൈതന്യമായി ശ്രീ രാമചന്ദ്രന്റെയും ഭരതന്റെയും മധ്യത്തിൽ പൊഞ്ഞനം ദേശത്ത് ദേവി കുടിയിരിക്കുന്നു എന്ന് ഐതീഹ്യം. തൃപ്രയാറിലേയ്ക്കും കൂടൽ മാണിക്യത്തിലേയ്ക്കും തുല്യ ദൂരം . തൃപ്രയാറിൽ

ശ്രീരാമനും കൂടൽമാണിക്യത്തിൽ ഭരതനും ആണ് പ്രതിഷ്ഠ.

(രാജ്മോഹൻ)

3

കൈതപ്പൂവിനെ ഒരു ക്ഷേത്രത്തിലും പൂജയ്ക്കെടുക്കാതായ കഥ

ത്രിമൂർത്തികളിൽ ആർക്കാണു കൂടുതൽ മഹത്വമെന്നതിനെക്കുറിച്ച് ബ്രഹ്മ ഭഗവാനും മഹാവിഷ്ണുവും തമ്മിൽ ഒരു തർക്കമുടലെടുത്തപ്പോൾ മധ്യസ്ഥനായി നിന്ന ഭഗവാൻ പരമശിവൻ ഒരു ശിവലിംഗം കാട്ടിയിട്ട് ബ്രഹ്മാവിനോട് അതിന്റെ മുകൾഭാഗം കണ്ടുവരാനും മഹാവിഷ്ണുവിനോട് കീഴ്ഭാഗം കണ്ടെത്താനും ആവശ്യപ്പെട്ടു.

യാത്ര ചെയ്തു ക്ഷീണിതരായതല്ലാതെ ഇവർക്ക് ശിവലിംഗത്തിന്റെ ആദിയുമന്തവും കണ്ടെത്താനായില്ല. എന്നാൽ ബ്രഹ്മാവ് തന്റെ യാത്രയ്ക്കിടയിൽ താഴേക്കുവന്ന ഒരു കൈതപ്പൂവിനെ കൂട്ടുപിടിച്ച് താൻ ശിവതത്ത്വത്തിന്റെ ശിരസ്സിൽ നിന്ന് എടുത്ത കൈതപ്പൂവാണ് അതെന്നു പറഞ്ഞ് അസത്യ പ്രസ്താവന ചെയ്തതിൽ കുപിതനായ പരമശിവൻ ബ്രഹ്മദേവന്റെ ഒരു ശിരസ്സ് കൈകൊണ്ടു നുള്ളിക്കളയുകയും ബ്രഹ്മദേവനെ ആരും തന്നെ ആരാധിക്കാതായിപ്പോകട്ടെ എന്നു ശപിക്കുകയും ചെയ്തു.മാത്രമല്ല അസത്യം പറയാൻ കൂട്ടുനിന്ന കൈതപ്പൂവിനെ ഒരിക്കലും പൂജയ്ക്കായി ഉപയോഗിക്കാതെയായിപ്പോട്ടെയെന്നും ശപിച്ചു. ഈ ശാപഫലമായി ആണ് ബ്രഹ്മദേവനു ആരാധനാലയങ്ങൾ ഇല്ലാതായതും കൈതപ്പൂവിനെ ഒരു ക്ഷേത്രത്തിലും പൂജയ്ക്കെടുക്കാതായതും.

(രാജ്മോഹൻ)

4

തിരുപ്പതി വെങ്കിടേശ്വരന്

ബ്രഹ്മദേവന്റെ മാനസ പുത്രനായിരുന്ന ഭ്രിഗു മഹർഷി ത്രിമൂർത്തികളിൽ ആരാണ് കേമൻ എന്നറിയുന്നതിനു വേണ്ടി അഹങ്കാരത്തോടെ ഒരിക്കൽ അന്വേഷണം ആരംഭിച്ചു. ഇതിനായി ആദ്യം തന്നെ അദ്ദേഹം ബ്രഹ്മ ലോകത്ത് ചെന്നു. അവിടെ ബ്രഹ്മാവും പത്നിയായ സരസ്വതീദേവിയും മഹർഷി അവിടെയെത്തിയത് അറിഞ്ഞില്ല. ഇതിൽ ദേഷ്യം പൂണ്ട ഭൃഗു മഹർഷി ഭൂലോക നിവാസികൾ ബ്രഹ്മാവിനെ പൂജ ചെയ്യാതെ പോകട്ടെ എന്ന് ശപിച്ചു. ഈ ശാപത്തിന്റെ ഫലമായാണ് മനുഷ്യൻ ബ്രഹ്മാവിനെ പൂജിക്കാത്തതെന്ന് വിശ്വസിക്കപ്പെടുന്നു. സൃഷ്ടി സ്ഥിതി സംഹാരകരായ ത്രിമൂർത്തികളിൽ ബ്രഹ്മാവിന് മാത്രമാണ് പൂജകൾ സമർപ്പിക്കാത്തത്.

പിന്നീട് ഭൃഗു വൈകുണ്ഠത്തിലെത്തി. എന്നാൽ മഹാവിഷ്ണുവും ലക്ഷ്മീ ദേവിയും അദ്ദേഹം എത്തിയത് അറിഞ്ഞില്ല. കോപിഷ്ഠനായ മഹർഷി വിഷ്ണു ഭഗവാൻ്റെ നെഞ്ചിൽ ആഞ്ഞ് ചവിട്ടി. മുനി വന്നത് അറിയാതെ പോയതിൽ ക്ഷമ ചോദിക്കാനെന്ന രീതിയിൽ അദ്ദേഹത്തിന്റെ പാദം സ്പർശിച്ച മഹാവിഷ്ണു ഭൃഗു മുനിയുടെ പാദത്തിലുള്ള മൂന്നാം തൃക്കണ്ണ് ഞെരിച്ചുടച്ച് മഹർഷിയടെ

അഹങ്കാരം ഇല്ലാതാക്കി .

മഹാവിഷ്ണു ഭൃഗു മഹർഷിയുടെ പാദത്തിൽ സ്പർശിച്ചത് ഇഷ്ടപ്പെടാതിരുന്ന ലക്ഷ്മീദേവി അവിടെ നിന്നും പിണങ്ങി പുറപ്പെട്ട് ഭൂമിയിലെത്തി തിരുമലയിലെ രാജാവിന്റെ പുത്രിയായി ജനിച്ചു. ലക്ഷ്മീദേവിയുടെ അഭാവം മഹാവിഷ്ണുവിനെ ഏറെ ദുഃഖിതനായി. കൂടാതെ ലക്ഷ്മീദേവി പടിയിറങ്ങിയതോടെ അദ്ദേഹത്തിന്റെ ധനസമൃദ്ധിയെല്ലാം നശിക്കുകയും ചെയ്തു.

ഒടുവിൽ വിരഹം താങ്ങാനാവാതെ അദ്ദേഹം ലക്ഷ്മീ ദേവിയെ അന്വേഷിച്ച് ഭൂലോകത്തെത്തി. അവസാനം തിരുപ്പതി രാജാവ് തന്റെ മകൾ പത്മാവതിയെ മഹാവിഷ്ണുവിന് വിവാഹം ചെയ്തു നൽകാൻ തീരുമാനിച്ചു. വിവാഹത്തിനായി പണമില്ലാതിരുന്ന മഹാവിഷ്ണു കുബേരനിൽ നിന്നും പണം കടം വാങ്ങി.

മഹാവിഷ്ണുവിന്റെ ഈ കടം തീർക്കുന്നതിനായാണ് തിരുപ്പതി ക്ഷേത്രത്തിൽ ഭക്തർ കാണിക്കയർപ്പിക്കുന്നത് എന്നാണ് വിശ്വാസം. മനസ്സറിഞ്ഞ് എന്ത് സമർപ്പിക്കുന്നോ

അത് ഇരട്ടിയായി ഭക്തന് തിരികെ ലഭിക്കുമെന്നും വിശ്വസിക്കുന്നു.

(രാജ്മോഹൻ)

5

ശിവാലയഓട്ടം -കഥ

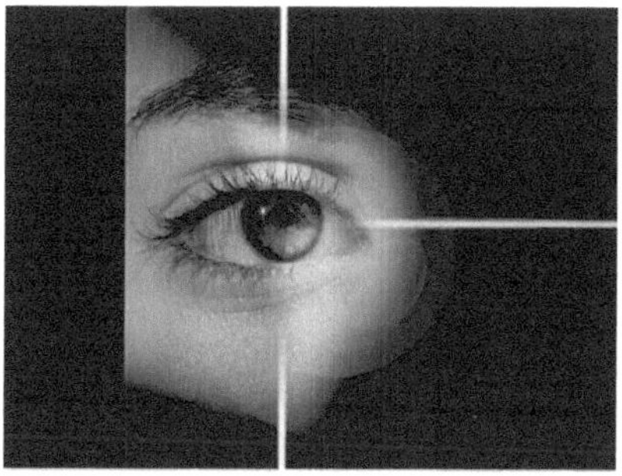

ശിവരാത്രിയോടനുബന്ധിച്ച് തിരുവനന്തപുരം-കന്യാകുമാരി ഭാഗങ്ങളിൽ ഇന്നും നിലനിൽക്കുന്ന ആചാരമാണ് ശിവാലയ ഓട്ടം.'ചാലയം ഓട്ടം' എന്നും ഇത് അറിയപ്പെടുന്നുണ്ട് കുംഭമാസത്തിൽ ശിവരാത്രിദിവസം തമിഴ്നാട്ടിലെ കന്യാകുമാരി ജില്ലയിൽ വിളവൻകോട്, കൽക്കുളം താലൂക്കുകളിലായുള്ള 12 ശിവക്ഷേത്രങ്ങളിൽ

ഒരു രാത്രിയും ഒരു പകലും കൊണ്ട് നടത്തുന്ന ദർശനമാണിത്.

(തിരുമല, തിക്കുറുശ്ശി, തൃപ്പരപ്പ്, തിരുനന്ദിക്കര, പൊന്മന, പന്നിപ്പാകം, കൽക്കുളം, മേലാങ്കോട്, തിരുവിടയ്ക്കോട്, തിരുവിതാംകോട്, തൃപ്പന്നികോട്, തിരുനട്ടാലം എന്നിവയാണ് 12 ശിവാലയ ക്ഷേത്രങ്ങൾ)

ഈ പന്ത്രണ്ടു ക്ഷേത്രങ്ങളിലും ചെന്നു കുളിച്ചു തൊഴുന്നതു പാപമോചനത്തിനുള്ള ഒരു മാർഗ്ഗമാണെന്നു വിചാരിക്കപ്പെട്ടുവരുന്നു. ഇതിലേക്കായി ഒന്നുമുതൽ പന്ത്രണ്ടുവരെയുള്ള ക്ഷേത്രങ്ങളിൽ എല്ലാം ഒരുദിവസംകൊണ്ടു കുളിച്ചുതൊഴുന്നതിനായി യത്നിക്കുന്നവരെ "ചാലയം ഓട്ടക്കാർ" എന്നു വിളിക്കുന്നു. ചാലയം എന്നതു ശിവാലയം എന്നതിന്റെ തത്ഭവമാണെന്നു വിചാരിക്കാം.

ശിവരാത്രി നാളിൽ ദ്വാദശ രുദ്രന്മാരെ വണങ്ങുക എന്നതാണ് ഈ ആചാരത്തിന്റെ സവിശേഷത.

മഹാഭാരത കഥയുമായി ബന്ധപ്പെട്ടാണ് ശിവാലയ ഓട്ടത്തിനുപിന്നിലുള്ള ഐതിഹ്യം നിലനിൽക്കുന്നത്. ധർമ്മപുത്രൻ നടത്തിയ യാഗത്തിൽ പങ്കെടുക്കുവാൻ ശ്രീകൃഷ്ണന്റെ നിർദ്ദേശപ്രകാരം വ്യാഘ്രപാദമുനിയെ കൂട്ടിക്കൊണ്ടുവരുവാൻ ഭീമസേനൻ പോയി. കടുത്ത ശിവഭക്തനായ വ്യാഘ്രപാദൻ തന്റെ തപസ്സിളക്കിയ ഭീമനെ ആട്ടിപ്പായിച്ചു. ശ്രീകൃഷ്ണൻ നൽകിയ 12 രുദ്രാക്ഷങ്ങളുമായി ഭീമൻ വീണ്ടും തിരുമലയിൽ തപസ്സനുഷ്ഠിക്കുകയായിരുന്ന വ്യാഘ്രപാദനു സമീപമെത്തി. മുനി കോപിതനായി ഭീമനുനേരെ തിരിയുകയും ഭീമൻ പിന്തിരിഞ്ഞ് ഗോവിന്ദാ... ഗോപാലാ... എന്നു വിളിച്ച് ഓടാൻ തുടങ്ങുകയും ചെയ്തു. മുനി ഭീമന്റെ സമീപമെത്തുമ്പോൾ ഭീമൻ അവിടെ ഒരു രുദ്രാക്ഷം നിക്ഷേപിക്കും. അപ്പോൾ അവിടെ ഒരു ശിവലിംഗം ഉയർന്നുവരികയും ചെയ്യും. മുനി അവിടെ പൂജ നടത്തുമ്പോൾ ഭീമൻ മുനിയെ വീണ്ടും യാഗത്തിനു പോകാൻ പ്രേരിപ്പിക്കാൻ ശ്രമിക്കും. മുനി വീണ്ടും ഭീമന്റെ പുറകേ പോകുമ്പോൾ ഭീമൻ വീണ്ടും വീണ്ടും രുദ്രാക്ഷങ്ങൾ നിക്ഷേപിക്കുകയും ചെയ്യും. അങ്ങനെ 11 രുദ്രാക്ഷങ്ങളും നിക്ഷേപിക്കുകയും ശിവലിംഗങ്ങൾ ഉയർന്നു വരികയും ചെയ്തു. ഒടുവിൽ 12-ആമത്തെ രുദ്രാക്ഷം നിക്ഷേപിച്ച സ്ഥലത്ത് ശ്രീകൃഷ്ണൻ

പ്രത്യക്ഷപ്പെട്ട് വ്യാഘ്രപാദന് ശിവനായും ഭീമന് വിഷ്ണുവായും ദർശനം നൽകുകയും ചെയ്തു. അങ്ങനെ ഇരുവർക്കും ശിവനും വിഷ്ണുവും ഒന്നെന്ന് വ്യക്തമായി. അദ്ദേഹം പിന്നീട് ധർമ്മപുത്രന്റെ യാഗത്തിൽ പങ്കുകൊണ്ടു. ഭീമൻ രുദ്രാക്ഷം നിക്ഷേപിച്ചതിന്റെ ഫലമായി സ്ഥാപിതമായ 12 ശിവക്ഷേത്രങ്ങളിലാണ് ശിവാലയ ഓട്ടം നടക്കുന്നത്.

ശിവാലയ ഓട്ടത്തിന് തയ്യാറെടുക്കുന്ന ഭക്തൻമ്മാരെ "ഗോവിന്ദൻമാർ' എന്ന് പറയുന്നു. കുംഭമാസത്തിലെ ഏകാദശിക്ക് ഒരാഴ്ച മുൻപ് മാലയിട്ട് വ്രതമാരംഭിക്കണം ഈ ദിവസങ്ങളിൽ സ്വന്തം ഗൃഹത്തിൽ നിന്ന് ഭക്ഷണം കഴിക്കാറില്ല.

ക്ഷേത്രത്തിലെ നിവേദ്യച്ചോറ് മാത്രമേകഴിക്കുകയുള്ളൂ. രാത്രി കരിക്കും പഴവും മാത്രം. ത്രയോദശി നാളിൽ ഉച്ച്ക്ക് ആഹാരം കഴിഞ്ഞ് കുളിച്ച് ഈറനോടെ ഒന്നാം ശിവാലയമായ തിരുമലയിൽ സന്ധ്യാദീപം ദർശിച്ച് ഓട്ടമാരംഭിക്കുന്നു.

വെള്ളമുണ്ടോ കാവി മുണ്ടോ ആണ് വേഷം. കൈകളിൽ വിശറിയുണ്ടാകും ചെല്ലുന്ന

ക്ഷേത്രങ്ങളിലെ വിഗ്രഹങ്ങളെ വീശാനാണ് വിശറി.വിശറിയുടെ അറ്റത്ത് രണ്ട് തുണി സഞ്ചികളുണ്ടാകും ഒന്നിൽ പ്രസാദ ഭസ്മവും മറ്റേതിൽ വഴിയാത്രയ്ക്കാവശ്യമായ പണവും സൂക്ഷിക്കുന്നു.

ഇങ്ങിനെ സംഘമായി ഓടി പന്ത്രണ്ട് ക്ഷേത്രത്തിലും എത്തുന്നു. ഓരോ ക്ഷേത്രത്തിലും എത്തുമ്പോൾ കുളിച്ച് ഈറനോടെ വേണം ദർശനം നടത്തുവാൻ വഴിയിൽ പാനകം, ചുക്കുവെള്ളം, ആഹാരം എന്നിവ കൊടുക്കും . ഒടുവിലത്തെ ശിവക്ഷേത്രമായ തിരുനട്ടാലെത്തി ഓട്ടം സമാപിക്കുന്നു. "ഗോവിന്ദാ ഗോപാല' എന്ന് വഴിനീളെ ഉച്ചരിച്ചാണ് ഓടുന്നത്.

(രാജ്മോഹൻ)

6

അമ്പലപ്പുഴ ഉണ്ണികണ്ണൻ

എതു പ്രതിസന്ധിയിലും ഹൃദയത്തിൽ തട്ടി കണ്ണായെന്നൊന്നു വിളിച്ചാൽ മുന്നിൽ വന്ന് വഴികാട്ടിതരുന്ന ഒരു ഉണ്ണിയുണ്ട് അമ്പലപ്പുഴയിൽ.

അമ്പലപുഴയിലെ പാൽപായസം പോലെ തന്നെ തേടി എത്തുന്ന ഏതൊരു ഭക്തന്റെയും ഹൃദയത്തിൽ ആ ഉണ്ണി കണ്ണൻ പുഞ്ചിരി തൂകി നില്പുണ്ടാവും. പറഞ്ഞാലും കേട്ടാലും മതിവരാത്ത ആ അമ്പലപ്പുഴ ഉണ്ണി കണ്ണന്റെ കഥ.

ഒരിക്കൽ ചെമ്പകശ്ശേരി രാജാവും വില്യം മംഗലം സ്വാമിയാരും കൂടി വള്ളത്തിൽ യാത്ര ചെയ്യുകയാണ് അപ്പോ എവിടെ നിന്നോ കർണ്ണാനന്ദകരമായ ഒരു വേണു നാദം കേൾക്കുവാനിടയായി. സ്വാമിയാർ നോക്കുമ്പോൾ ആലിൻ കൊമ്പിൽ ഇരുന്ന് ഓടകുഴൽ ഊതുന്ന കണ്ണനെയാണ് കണ്ടത് ഭഗവാന്റെ സാമീപ്യം മനസ്സിലാക്കിയ സ്വാമിയാർ ചെമ്പകശ്ശേരി രാജാവിനോട് ഇവിടെ ഭഗവാന്റെ സാന്ദ്ധ്യമുണ്ട്. അവിടെ അമ്പലം പണിയാൻ നിർദ്ദേശിച്ചു. കൊല്ലവർഷം 720 മാണ്ടിലാണ് അമ്പലപ്പുഴ ക്ഷേത്രം പണിതത്.

പുതുമന നമ്പൂതിരി കടിക്കോൽ നമ്പുതിരിയും ആണ് ക്ഷേത്രതന്ത്രിമ്മാർ. കടിക്കോൽ തിരുമേനി പ്രതിഷ്ഠിക്കാൻ വച്ചിരുന്ന വിഗ്രഹം കണ്ട് പുതുമനയുമായി തർക്കത്തിലായി. ഈ വിഗ്രഹം ശരിയായ വിഗ്രഹമല്ല ശരിയായ വിഗ്രഹം കുളത്തിൽ മുങ്ങിയാൽ കിട്ടുമെന്ന പുതുമന .ആ വിഗ്രഹം വഴക്കു മൂത്ത് തച്ചുടച്ചപ്പോൾ അതിൽ നിന്നും അഴുക്കു വെള്ളവും തവളയുമൊക്കെ പുറത്തുചാടി അവസാനം കുളത്തിൽ മുങ്ങി ശരിയായ വിഗ്രഹം തപ്പിയെടുത്തു. എന്നാൽ പിന്നിട് വിഗ്രഹം പ്രതിഷ്ഠിക്കാൻ സമയമായപ്പോൾ

അഷ്ട ബന്ധം ഉറക്കുന്നില്ല. തന്ത്രിമാർ വലിയ പ്രയ്നം നടത്തിയിട്ടും കാര്യമൊന്നും ഉണ്ടായില്ല. ഈ സമയം പുഴവക്കിലൂടെ മീനും പിടിച്ചു നടന്ന നാറാണാത്തു ഭ്രാന്തൻ ആ വഴി വന്നു. ഭ്രാന്തൻ മീനിന്റെ കോർമ്പൽ അമ്പലത്തിന്റെ മുന്നിൽ വച്ചിട്ട് മുറുക്കാൻ ചവച്ചു കൊണ്ട് അകത്ത് കടന്നു. മുറുക്കാൻ (താമ്പൂലം) തുപ്പി അഷ്ബന്ധം ഉറപ്പിച്ചു. താമ്പുലം തുപ്പിയതുകൊണ്ട് താമ്പുല പുഴ പീന്നിട് അമ്പലപ്പുഴ ആയെന്നും ഐതിഹ്യം.

വലതു കൈയ്യിൽ ചമ്മിട്ടിയും ഇടതു കൈയ്യിൽ പാഞ്ചജന്യവും പിടിച്ചിരിക്കുന്ന പാർത്ഥസാരഥിയാണ് അമ്പലപുഴയിലെ പ്രതിഷ്ഠ. ഭഗവാൻ കൃഷ്ണൻ ആർജുനന് നല്കിയ മൂന്ന് വിഗ്രഹങ്ങളിൽ ഒന്നാണ് അമ്പലപ്പുഴയിലേത്. ചെമ്പകശ്ശേരി രാജാവിന്റെ ആരാധനമൂർത്തിയും മൂല ദൈവവുമൊക്കെ അമ്പലപ്പുഴ കണ്ണനാണ്.

(രാജ്മോഹൻ)

7

ചെറുവള്ളി ജഡ്ജിയമ്മാവൻ പ്രതിഷ്ഠ

മറ്റൊരിടത്തുമില്ലാത്ത ഒരു പ്രതിഷ്ഠ കോട്ടയം ജില്ലയിലെ പൊൻകുന്നം - മണിമല റൂട്ടിൽ ചെറുവള്ളി ശ്രീദേവീക്ഷേത്രത്തിലുണ്ട്. ജഡ്ജിയമ്മാവൻ പ്രതിഷ്ഠ ആണിത്. വ്യവഹാരങ്ങളിൽ പെട്ട് ഉഴലുന്നവർക്ക് അനുഗ്രഹങ്ങൾ നൽകി രക്ഷപെടുത്തുന്ന ജഡ്ജിയമ്മാവൻ.

തിരുവിതാംകൂർ രാജ്യത്തെ ജഡ്ജിയായിരുന്ന രാമവർമ്മപുരത്തുമഠം ഗോവിന്ദപ്പിള്ളയാണ് ജഡ്ജിയമ്മാവൻ എന്ന പ്രതിഠയിലെ ചൈതന്യം.

ജഡ്ജിയമ്മാവന്റെ ആ ചരിത കഥ

ചെറുവള്ളി പയ്യമ്പള്ളി കുടുംബത്തിൽ നിന്നും നൂറ്റാണ്ടുകൾക്കുമുൻപ് തിരുവല്ലയ്ക്കടുത്തുള്ള തലവടിയിലേക്ക് കുടിയേറിയവരാണ് രാമവർമ്മപുരത്തുമഠക്കാർ. ധർമ്മരാജയുടെ കൊട്ടാരം വൈദ്യനായിരുന്ന ഗോവിന്ദൻ ചെമ്പകരാമന്റെ അനന്തരവനായിരുന്നു സദർ കോടതി ജഡ്ജിയായിരുന്ന ഗോവിന്ദപ്പിള്ള. തികഞ്ഞ നീതിബോധത്തോടെയുള്ള കർത്തവ്യനിർവ്വഹണം. കർശനമായ നീതിനിർവ്വഹണം രാജപ്രീതിക്കുപാത്രമാവുകയും ചെയ്തു. എന്നാൽ സ്വന്തം അനന്തരവൻ പത്മനാഭപിള്ളയെ ഒരു തെറ്റിദ്ധാരണയുടെ പേരിൽ ഇദ്ദേഹം വധിക്കാനിടയായി. വിധിവൈപരീത്യം കൊണ്ടുണ്ടായ ഈ സംഭവം ജഡ്ജി ഗോവിന്ദപ്പിള്ളയെ മാനസികമായി ഏറെ തളർത്തി. നിരപരാധിയെ വധിച്ചതിന് യുക്തമായ ശിക്ഷ ഏറ്റുവാങ്ങണമെന്ന് സ്വയം നിശ്ചയിച്ചു. തനിക്കുള്ള ശിക്ഷ വിധിച്ച് നടപ്പാക്കാൻ രാജാവിനോട് അപെക്ഷിച്ചു. രാജാവ് അതിനു വിസമ്മതിച്ചു. ഒടുവിൽ, ശിക്ഷനടപ്പാക്കണമെന്ന ഗോവിന്ദപ്പിള്ളയുടെ

നിർബന്ധത്തിന് രാജാവ് വഴങ്ങേണ്ടിവന്നു. എന്നാൽ രാജാവ് ശിക്ഷ വിധിച്ചില്ല. പകരം ഇങ്ങനെ ആവശ്യപ്പെട്ടു. 'ജഡ്ജി സ്വയം ശിക്ഷ വിധിക്കുക. നാമത് നടപ്പാക്കാം.' എന്ന് രാജാവ് അറിയിച്ചു. സ്വന്തം വധശിക്ഷയാണ് ജഡ്ജി വിധിച്ചത്. ഏറെ ഖേദത്തോടെ രാജാവത് നടപ്പാക്കി. ദുർമരണം ഏറ്റുവാങ്ങിയ ആത്മാവ് മോക്ഷം ലഭിക്കാതെ അലയുകയും കുടുംബത്തിലും നാട്ടിലും ഒട്ടേറെ അനർത്ഥങ്ങൾക്കു കാരണമാവുകയും ചെയ്തു. പ്രതിവിധികൾ ചെയ്തുവെങ്കിലും ദുർവ്വിധികൾ തുടർന്നുകൊണ്ടേയിരുന്നു. ധർമ്മദേവതയായ ചെറുവള്ളിഭഗവതിയുടെ സവിധത്തിൽ കുടിയിരുത്തിയാൽ അനർത്ഥങ്ങൾക്ക് അറുതിയാവുമെന്ന് ഒടുവിൽ പ്രശ്നവിധിയിൽ തെളിഞ്ഞു. അങ്ങനെയാണ് ചെറുവള്ളി ശ്രീദേവീക്ഷേത്രത്തിൽ ജഡ്ജിയമ്മാവൻ പ്രതിഷ്ഠ നടക്കുന്നത്.

കേസുകളിൽ വിജയം നേടാൻ, തടസ്സങ്ങൾ മാറാൻ, ഉപകാരസ്മരണയ്ക്ക് എന്നിങ്ങനെ അനുഗ്രഹപ്രാപ്തിയ്ക്കായി ജഡ്ജിയമ്മാവനെ ശരണം പ്രാപിക്കുന്നു.

(രാജ്മോഹൻ)

8

നിലവിളക്ക് നിർമിക്കുന്ന ഒരേയൊരു ക്ഷേത്രം

ഒരു നിലവിളക്കെങ്കിലും തെളിയിക്കാത്ത ക്ഷേത്രങ്ങളുണ്ടാകില്ല ഈ ലോകത്ത്. എന്നാൽ നിലവിളക്കുകൾ ഉണ്ടാക്കുന്ന ക്ഷേത്രം ഇവിടെ മാത്രമേയുണ്ടാകൂ. തിരുനെൽവേലി ജില്ലയിലെ തെങ്കാശിയിൽ നിന്ന് മുപ്പതു കിലോമീറ്റർ യാത്ര ചെയ്താൽ മതി മാന്നാർ കോവിലിലേക്ക്.

പണ്ട് പണ്ട് ആഴ്വാർ വാഴും കാലത്ത്, മാന്നാർ കോവിലിന്റെ നിർമാണം ആഴ്വാർ കാലത്താണെന്നു വിശ്വസിക്കപ്പെടുന്നു. മാത്രമല്ല ആഴ്വാർ സാമ്രാജ്യത്തിലെ അവസാനത്തെ കണ്ണിയെന്നു മുപ്പതു വർഷം

ജീവിച്ചതും സമാ ധിയായതും ഇവിടെയാണെന്നു വിശ്വസിക്കപ്പെടുന്നു. തെളിവായി ആഴ്വാർ സമാധിയുമുണ്ട് ക്ഷേത്രത്തിൽ.* അതുകൊണ്ടു തന്നെ ക്ഷേത്ര നിർമാണം ആ കാലത്താണെന്നു വിശ്വസിക്കപ്പെടുന്നു. മാത്രമല്ല ആഴ്വാർക്ക് പ്രത്യേക പൂജകൾ ഇവിടെ ഇപ്പോഴും നടക്കുന്നുണ്ട്.

ഒരു ക്ഷേത്രത്തിനു വേണ്ടതൊക്കെ സ്വന്തമായി ഉണ്ടാക്കണമെന്ന രാജകൽപ്പനയായിരിക്കണം മാന്നാർ കോവിലിലെ നിലവിളക്ക് നിർമാണത്തിനു പിന്നിലെന്നാണ് വിശ്വാസികൾ പറയുന്നത്. ക്ഷേത്ര ആവശ്യങ്ങൾക്കുള്ള പൂവുകൾക്കു വേണ്ടി പൂന്തോട്ടം മുതൽ ക്ഷേത്ര ജീവനക്കാർക്കു താമസിക്കാനുള്ള കെട്ടിടങ്ങൾ വരെ മാന്നാർ കോവിലിൽ ഒരു കാലത്ത് ഉണ്ടായിരുന്നു.ക്ഷേത്രത്തിനു ചുറ്റും ഇപ്പോൾ താമസിക്കുന്നവരിൽ കൂടുതലും അമ്പലവാസികളാണ്.

ക്ഷേത്രത്തിന് ആവശ്യമുള്ളതിൽ കൂടുതൽ നിലവിളക്കുകൾ ഉണ്ടാക്കപ്പെട്ടതോടെ വിളക്കു നിർമിക്കുന്നവർക്ക് തൊഴിലില്ലാതെയായി. ഈ

പ്രതിസന്ധി പരിഹരിക്കാൻ ആദ്യമാദ്യം തൊട്ടടുത്തുള്ള ക്ഷേത്രങ്ങൾക്ക് ആവശ്യമായ നിലവിളക്ക് വിതരണം ചെയ്തു. പിന്നീട് ക്ഷേത്രത്തിനു പുറത്തേക്ക് നിലവിളക്കു കൊണ്ടു പോകാനുള്ള അനുമതിയായി. അതോടെ മാന്നാർ കോവിലിനെ ചുറ്റിപ്പറ്റി നിലവിളക്കു നിർമാണം കുടിൽ വ്യവസായം പോലെ തഴച്ചു വളർന്നു. അങ്ങനെയാണ് മാന്നാർ കോവിലിനു ചുറ്റും നിലവിളക്കു നിർമാണ തെരുവുകൾ രൂപം കൊണ്ടതെന്ന് തലമുറകളായി പറഞ്ഞു വരുന്നു.

ആയിരം വർഷങ്ങളുടെ പഴക്കമുണ്ടാകാം ക്ഷേത്രത്തിന്. പൂജയും തേവാരവും പാരമ്പര്യമാണ്. മാത്രമല്ല ഇതുപോലെയുള്ള ക്ഷേത്രഘടന ഇപ്പോൾ കാണാൻ തന്നെയില്ല. മൂന്നു തട്ടുകളായി ഉയർന്നു പോകുന്നതാണ് ക്ഷേത്രത്തിന്റെ ഘടന. അതുകൊണ്ട് മണിഗോപുരം വരെ തൊട്ടടുത്തു നിന്നു കാണാൻ കഴിയും. മൂന്നു ഭാവത്തിലുള്ള പ്രതിഷ്ഠയുള്ള മാന്നാർ കോവിൽ, "വേദനാരായണ സ്വാമിക്ഷേത്രം" എന്നു കൂടി അറിയപ്പെടുന്നു. അറിവിന്റെ കേദാരമായി, ജ്ഞാനത്തിന്റെ പ്രകാശമായി, നൂറ്റാണ്ടുകളുടെ സാക്ഷ്യവുമായി നിലനിൽക്കുകയാണ് ഈ അനന്തക്ഷേത്രം.

സീതാസമേതനായ ശ്രീരാമൻ, ശ്രീകൃഷ്ണൻ, ലക്ഷ്മണൻ, ഭരതശത്രുഘ്നന്മാർ അങ്ങനെ ദൈവപരമ്പരകൾ തന്നെയുണ്ട് ഏക്കറുകളോളം പരന്നു കിടക്കുന്ന ഈ ക്ഷേത്രത്തിൽ.

ആഴ്വാർ പൂജയുണ്ടെങ്കിലും മഹാവിഷ്ണു പ്രതിഷ്ഠയാണു മുഖ്യം. മഹാവിഷ്ണുവിന്റെ മൂന്നു ഭാവങ്ങൾ ഇവിടെ പ്രതിഷ്ഠിക്കപ്പെട്ടിരിക്കുന്നു. ഇതിൽ ശയന പ്രതിഷ്ഠയോടു സാമ്യ മുള്ളതാണ് ഇത്. *തിരുവിതാംകൂർ രാജകുടുംബവുമായി ബന്ധമുണ്ടെന്നു പറയുമ്പോൾ ശയനപ്രതിഷ്ഠയുള്ള പത്മനാഭസ്വാമി ക്ഷേത്രവുമായി സാമ്യപ്പെടുന്നുണ്ട് മാന്നാർ കോവിലും. മാത്രമല്ല ആവണി അവിട്ടമാണ് ഇവിടുത്തെ ആഘോഷങ്ങളിൽ പ്രധാനം. പത്മനാഭസ്വാമി ക്ഷേത്രത്തിലും ആവണി അവിട്ടം പ്രധാനമാണ്. കൽപ്പാത്തിയിലും മൂകാംബികയിലുമൊക്കെ നടക്കുന്ന രഥോത്സവങ്ങൾക്കു തുല്യമായ ഉത്സവവും ഇവിടെ നടക്കാറുണ്ട്. ക്ഷേത്രപരിസരത്ത് രഥം സൂക്ഷിച്ചിരിക്കുന്നതും കാണാം.

മാന്നാർ കോവിലിന്റെ മലയാളി ബന്ധത്തിനു മറ്റൊരു തെളിവ് ഇവിടുത്തെ ഓണാഘോഷമാണ്. കേരളത്തിലെ ചില ക്ഷേത്രങ്ങളിൽ ഓണത്തിന് വിശേഷാൽ പൂജകൾ നടക്കുന്നതു പോലെ തന്നെ മാന്നാർ കോവിലിലും ഓണത്തിന് വിശേഷാൽ പൂജകളുണ്ട്. ഈ ദിവസങ്ങളിലൊന്നിലാണ് തിരുവിതാകൂർ കൊട്ടാരത്തിൽ നിന്ന് സന്ദർശകരെത്തുന്നത്. ഒരു പാടു മലയാളികൾ വരാറുണ്ട് ഇവിടെ. പലരും പത്മനാഭസ്വാമി ക്ഷേത്രത്തിൽ സ്ഥിരമായി പോകുന്നവരാണ്. അവിടെ നിന്നും വിവരങ്ങൾ അറിഞ്ഞുവരുന്നവരും കുറവല്ല. ആർക്കിയോളജിക്കൽ സർവേ ഓഫ് ഇന്ത്യയുടെ മേൽനോട്ടത്തിലാണ് ക്ഷേത്രം ഇപ്പോൾ.

വ്യത്യസ്തമായ വിളക്കുകൾ ക്ഷേത്രത്തിന് ചുറ്റും ചെറിയ ചെറിയ പ്രദേശങ്ങളായി പരന്നു കിടക്കുകയാണ് നിലവിളക്ക് ഉണ്ടാക്കുന്ന തെരുവുകൾ. തെക്കേത്തെരുവ്, വടക്കേത്തെരുവ്, പടിഞ്ഞാറുമൂല എന്നിങ്ങനെയാണ് ഓരോ തെരുവും അറിയപ്പെടുന്നത്. അഗ്രഹാര തെരുവുകളെ ഓർമ്മിപ്പിക്കുന്നതാണ് ഇവയും. ഓരോ വീടിനു മുന്നിലും സ്വർണം പോലെ തിളങ്ങുന്ന നിലവിളക്കുകൾ നിരത്തിവച്ചിട്ടുണ്ടാകും. പലതും പണി തീർത്തവയാണ്. നിലവിളക്കുകൾ മിനുക്കുകയും

മുറുക്കുകയുമൊക്കെ ചെയ്യുന്ന ശബ്ദമാണ് ഇവിടെ നിന്നും ഉയരുന്നത്.

ഇവിടെ ഉണ്ടാക്കുന്ന നിലവിളക്കിന്റെ രൂപത്തിൽ വ്യത്യാസമുണ്ട് മലയാളികൾ പൊതുവെ അഞ്ചു തിരിയിട്ട നിലവിളക്കുകളാണ് ഉപയോഗിക്കുന്നത്. തമിഴ്നാടിന്റെ മറ്റുഭാഗങ്ങളിലും അഞ്ചു തിരിയിട്ട നിലവിളക്ക് ഉപയോഗിക്കുന്നു. എന്നാൽ മാന്നാർ കോവിലിലും പരിസരങ്ങളിലും പൊതുവെ നാലു തിരിയിട്ട നിലവിളക്കുകളാണ് ഉപയോഗിക്കുന്നത്. തിരുനെൽവേലി ജില്ലയിൽ പൊതുവേ ഈ പ്രവണതയുണ്ട്. അതുകൊണ്ടു തന്നെ മാന്നാർ കോവിലിൽ ഉണ്ടാക്കുന്ന നിലവിളക്കുകളിൽ കൂടുതലും തിരുനെൽവേലി ജില്ലയിലും പരിസരങ്ങളിലുമാണ് വിറ്റഴിക്കുന്നത്. എന്നാലിപ്പോൾ അഞ്ചു തിരിയിടുന്ന നിലവിളക്കുകളും ഉണ്ടാക്കുന്നു. കാരണം ഈ വ്യവസായം നേരിടുന്ന പ്രതിസന്ധി തന്നെ.

നിലവിളക്ക് നിർമിക്കുകയെന്നത് ദൈവഹിതമായിരുന്നു. അതുകൊണ്ടാണ് ഞങ്ങൾ ഇവിടെ എപ്പോഴും നിലവിളക്ക് മാത്രം

ഉണ്ടാക്കുന്നത് വേണമെങ്കിൽ ഞങ്ങൾക്ക് ഓടിലോ വെങ്കലത്തിലോ എന്തു വേണമെങ്കിലും നിർമിക്കാം. പക്ഷേ, അതൊന്നും ഇവിടെ ആരും ചെയ്യുന്നില്ല. കാരണം ഇതൊരു ദൈവപ്രവൃത്തിയായിട്ടാണ് ഞങ്ങൾ കരുതുന്നത് എന്നതു തന്നെ.

മുമ്പ് മൂശയൊരുക്കുന്നതു മുതൽ എല്ലാം ജോലിക്കാർ തന്നെ സ്വന്തമായി ചെയ്യുകയായിരുന്നു. പിന്നീട് പണിക്ക് ആളുകുറഞ്ഞതോടെ സഹായത്തിന് യന്ത്രങ്ങൾ വരുത്തിത്തുടങ്ങി. ഇപ്പോൾ ഒട്ടുമിക്ക വീടുകളിലും യന്ത്രങ്ങൾ സ്ഥാപിച്ചിട്ടുണ്ട്. വിളക്ക് മിനുക്കാനും പിരിയിടാനും മറ്റ് അത്യാവശ്യ പണികൾക്കും.

മാന്നാറിലെ നിലവിളക്കുകൾ മാന്നാർ കോവിലിലെ വിളക്കു നിർമാണത്തിനും കേരളവുമായി എന്തെങ്കിലും ബന്ധമുണ്ടോ? പത്തനംതിട്ട ജില്ലയിലെ മാന്നാറാണ് കേരളത്തിൽ വെങ്കലപാത്രങ്ങളുടെ ഗ്രാമം എന്നറിയപ്പെടുന്നത്. നൂറ്റാണ്ടുകൾക്കു മുമ്പ് ചെമ്പകശേരി രാജാവ് തമിഴ്നാട്ടിൽ നിന്നു കൊണ്ടു വന്ന തൊഴിലാളികളാണ് മാന്നാറിൽ വെങ്കല നിർമാണ പ്രവർത്തനങ്ങളിൽ ആദ്യം

ഏർപ്പെട്ടതെന്നും പിന്നീട് തദ്ദേശീയർ ആ ജോലി

ഏറ്റെടുക്കുകയായിരുന്നുവെന്നും ചില ചരിത്രകാരന്മാർ പറഞ്ഞിട്ടുണ്ട്. അങ്ങനെ നോക്കുമ്പോൾ മാന്നാർ കോവിലിൽ നിന്നു വന്നവരാകണം മാന്നാറിൽ വെങ്കല നിർമാണത്തിനു തുടക്കം കുറിച്ചതെന്നു കരുതാം.

മാത്രമല്ല തിരുവിതാംകൂർ രാജകുടുംബവുമായി ഈ ക്ഷേത്രം ഇന്നും പുലർത്തുന്ന സമ്പർക്കം കൊണ്ടു തന്നെ ഇതിനേക്കാൾ ശക്തമായ കൊടുക്കൽ വാങ്ങലുകൾ മുമ്പ് ഉണ്ടായിരുന്നതായും കണക്കാക്കാം. കുറ്റാലത്ത് തിരുവിതാംകൂർ രാജകുടുംബത്തിന്റേതായ തൊട്ടാരം ഇപ്പോഴും നിലവിലുണ്ട് ഈ സാഹചര്യത്തെളിവുകളുടെ അടിസ്ഥാനത്തിൽ നോക്കുമ്പോൾ മാന്നാർ കോവിലിൽ നിന്ന് മാന്നാറിലേക്ക് ഒരു വഴി തെളിയുന്നുണ്ട്. നിലവിളക്കിന്റെയും വെങ്കല പാത്രങ്ങളുടെയും തിളക്കമുള്ള വഴി.

(രാജ്മോഹൻ)

9

ചാണക്യന്റെ കഥ

മൌര്യ സാമ്രാജ്യം സ്ഥാപിക്കാൻ ചന്ദ്രഗുപ്തനു പിന്നിൽ പ്രവർത്തിച്ച ചാണക്യന്റെ പറയപ്പെടുന്ന കഥ ഇങ്ങനെ ആണ്.

മൌര്യ സാമ്രാജ്യ രൂപീകരണത്തിൽ ശക്തിയും ബുദ്ധിയുമായി പ്രവർത്തിച്ചിരുന്ന ചാണക്യനെ ചന്ദ്രഗുപ്ത മൌര്യൻ രാജ്യത്തിന്റെ പ്രധാനമന്ത്രിയായി അവരോധിച്ചു.

ചക്രവർത്തിയുടെ ശത്രുക്കളുടെ നീക്കത്തിൽ സദാ ജാഗരൂകനായിരുന്ന ചാണക്യൻ ഒരു നിഴൽപോലെ ചന്ദ്രഗുപ്തനു പിന്നിൽ എപ്പോഴും ഉണ്ടായിരുന്നു. ഭക്ഷണത്തിൽ വിഷം കലർത്തി അപായപ്പെടുത്താനുള്ള ശ്രമങ്ങളെ പരാജയപ്പെടുത്താൻ കർശന

പരിശോധനകൾക്ക് ശേഷം മാത്രമേ ചന്ദ്രഗുപ്തനെ ആഹാരം കഴിക്കാൻ ചാണക്യൻ അനുവദിച്ചിരുന്നുള്ളൂ.

കൂടാതെ ഏതെങ്കിലും കാരണവശാൽ ഉള്ളിൽ വിഷം ചെന്നാൽ തന്നെയും അതിൽ നിന്നും ചക്രവർത്തിയെ രക്ഷിക്കാൻ ഒരു ഉപായവും നടപ്പാക്കിയിരുന്നു.അതിനായി കഴിക്കാൻ നൽകിയിരുന്ന ആഹാരത്തിൽ ചാണക്യൻ ചെറിയ മാത്രയിൽ വിഷം കലർത്തിയാണ് നൽകിയിരുന്നത്. ഈ പ്രയോഗം ചക്രവർത്തിയുടെ അറിവോടെ തന്നെയാണ് പ്രധാനമന്ത്രി ചെയ്തിരുന്നത്. നിത്യേന ചെറിയ മാത്ര അളവിൽ വിഷം കഴിച്ചാൽ ആ വിഷത്തിനെതിരെ ശരീരം പ്രതിരോധ ശക്തിയുണ്ടാക്കുമെന്നും പിന്നീട് വല്യ തോതിൽ വിഷം അകത്തു ചെന്നാൽ അത് ശരീരത്തിൽ ഉണ്ടാക്കിയെടുത്ത പ്രതിരോധ ശക്തി കാരണം ഫലിക്കാതെ പോകുമെന്നുമായിരുന്നു ചാണക്യന്റെ കണക്കുകൂട്ടൽ.

ഇത് തുടർന്നു വരുന്നതിനിടയിൽ ഒരു നാൾ ചന്ദ്രഗുപ്തന്റെ പൂർണ്ണ ഗർഭിണിയായ ഭാര്യ, ദുർധ, ചക്രവർത്തിക്ക് കഴിക്കാനുണ്ടാക്കി വച്ചിരുന്ന വിഷലിപ്തമായ ആഹാരം അബദ്ധത്തിൽ കഴിക്കാനിടയായി. വിഷം തീണ്ടി ദുർധ മരിച്ചു. ദുർധയുടെ മരണമറിഞ്ഞ

ചാണക്യൻ ഉടൻ തന്നെ കൊട്ടാര വൈദ്യന്മാരെ വരുത്തി അവരുടെ വയറു കീറി കുഞ്ഞിനെ പുറത്തെടുക്കാൻ നിർദ്ദേശിച്ചു; ഉടൻ ചെയ്താൽ കുഞ്ഞിനു വിഷം തീണ്ടുന്നതിനു മുൻപായി രക്ഷിക്കാമെന്നായിരുന്നു ചാണക്യന്റെ കണക്കുകൂട്ടൽ. അത് ശരിയുമായിരുന്നു, നാമ മാത്രമായ അളവിൽ വിഷം ഉള്ളിൽ കടന്നുവെങ്കിലും കുഞ്ഞിനെ ജീവനോടെ പുറത്തെടുക്കുന്നതിൽ ചാണക്യൻ വിജയിച്ചു. ഒരു തുള്ളി (ബിന്ദു) വിഷം ഉള്ളിൽ കടന്ന നിലയിൽ ജീവനോടെ കിട്ടിയ ആ കുഞ്ഞിനു ചാണക്യൻ ബിന്ദുസാരൻ എന്ന പേർ നൽകി.

കാലം കടന്നു പോയി....നാട്ടിൽ അതിരൂക്ഷമായ ക്ഷാമം കൊണ്ട് ജനം പൊറുതിമുട്ടി. രാജ്യത്തെ ക്ഷാമക്കെടുതികളിൽ നിന്നും രക്ഷിക്കാൻ കഴിയാത്തതിൽ ഖിന്നനായ ചന്ദ്രഗുപ്തൻ രാജ്യഭാരം മകൻ ബിന്ദുസാരനെ ഏൽപ്പിച്ചിട്ട് ജൈനമതം സ്വീകരിച്ച് രാജ്യത്തു നിന്നും പലായനം ചെയ്തു.

രാജ്യഭാരം ഏറ്റെടുത്ത ബിന്ദുസാരൻ, അച്ഛന്റെ വലം കയ്യായിരുന്ന ചാണക്യനെ തന്നെ പ്രധാനമന്ത്രിയായി തുടരാൻ അനുവദിച്ചു. എന്നാൽ ബിന്ദുസാരന്റെ സഭയിലെ മറ്റൊരു മന്ത്രിയായിരുന്ന സുബന്ധുവിനു ചാണക്യന്റെ പ്രധാനമന്ത്രി

പദവിയിൽ നോട്ടമുണ്ടായിരുന്നു. ചാണക്യനെ മനസാ വെറുത്തിരുന്ന സുബന്ധു അദ്ദേഹത്തെ എന്ത് തന്ത്രം പ്രയോഗിച്ചും രാജാവിൽ നിന്നും അകറ്റാൻ തക്കം പാർത്ത് കഴിഞ്ഞിരുന്നു. ഒരു അവസരം വീണുകിട്ടിയപ്പോൾ ബിന്ധുസാരന്റെ മാതാവ് മരണപ്പെടാൻ കാരണക്കാരൻ ചാണക്യനാണെന്ന് രാജാവിനെ ധരിപ്പിച്ചു. പൂർണ്ണ ഗർഭിണിയായിരുന്ന രാജ്ഞിയുടെ വയറു പിളർന്ന കഥ സുബന്ധു പൊടിപ്പും തൊങ്ങലും ചേർത്ത് ബിന്ദുസാരനു മുന്നിൽ അവതരിപ്പിച്ചു. ഈ ഏഷണിയിൽ വീണ ബിന്ദുസാരൻ കോപിഷ്ടനായി.

സംഭവങ്ങളുടെ ഗൌരവം മനസിലാക്കി ദു:ഖിതനായ ചാണക്യൻ തന്റെ ഭാഗം ന്യായീകരിക്കാൻ നിൽക്കാതെ തന്റേതായിട്ടുള്ള സകല സ്വത്തുക്കളും പാവങ്ങൾക്ക് ദാനം ചെയ്ത ശേഷം മരണം വരെ നിരാഹാരമിരിക്കാൻ പുറപ്പെട്ടു. രാജ്യാതിർത്തിക്കു പുറത്ത് ചാണക വറളികളാൽ ഉണ്ടാക്കിയ ഒരു കൂമ്പാരത്തിൽ ചാണക്യൻ നിരാഹാരം അനുഷ്ടിക്കാൻ തുടങ്ങി.

ഇതിനിടെ കൊട്ടാര വൈദ്യന്മാരിൽ നിന്നും സംഭവത്തിന്റെ യാഥാർത്ഥ്യം മനസിലാക്കിയ ബിന്ദുസാരൻ പശ്ചാത്താപ വിവശനായി നിരാഹാര വേദിയിലെത്തി ചാണക്യനോട്

മാപ്പപേക്ഷിച്ച് തിരിച്ചുവരാൻ അഭ്യർത്ഥിച്ചു, പക്ഷെ ചാണക്യൻ അതിനു കൂട്ടാക്കാതെ തന്റെ തീരുമാനത്തിൽ ഉറച്ചു നിന്ന്, നിരാഹാരം തുടർന്നു. ദൌത്യം പരാജയപ്പെട്ട ബിന്ദുസാരന്റെ കോപം മുഴുവൻ സുബന്ധുവിനോടായി. കൊട്ടാരത്തിൽ തിരിച്ചെത്തിയ ബിന്ദുസാരൻ, സുബന്ധുവിനെ വിളിപ്പിച്ച് എത്രയും വേഗം മാപ്പപേക്ഷിച്ച് ചാണക്യനെ കൊട്ടാരത്തിൽ തിരിച്ചെത്തിക്കുവാൻ ആജ്ഞാപിച്ചു. ആജ്ഞ നടപ്പാക്കിയില്ലെങ്കിൽ സുബന്ധുവിനെ വധിക്കാനും ഉത്തരവിട്ടു.

ചാണക്യന്റെ കൊട്ടാരത്തിലേക്കുള്ള തിരിച്ചു വരവ് ഇഷ്ടപ്പെടാത്ത സുബന്ധു ഏത് വിധത്തിലും അദ്ദേഹത്തെ ഇല്ലായ്മ ചെയ്യാൻ തീരുമാനിച്ചു. ഇതിനായി സുബന്ധു കരു നീക്കം ആരംഭിച്ചു. ചാണക്യൻ തിരിച്ചു വരാൻ സമ്മതിച്ചുവെന്നും അദ്ദേഹത്തെ എതിരേൽക്കാൻ വൻ സ്വീകരണ ചടങ്ങ് സംഘടിപ്പിക്കണമെന്നും സുബന്ധു, ബിന്ദുസാരനെ ധരിപ്പിച്ചു. തുടർന്ന് രാജ്യം ചാണക്യനെ സ്വീകരിക്കാനുള്ള തയ്യാറെടുപ്പിൽ മുഴുകി. ഈ അവസരത്തിൽ ആരാലും ശ്രദ്ധിക്കപ്പെടാതെ ചാണക്യന്റെ നിരാഹാര വേദിയിലെത്തിയ സുബന്ധു ഒരു തീപ്പന്തം പർണ്ണശാലക്ക് നേരെ എറിഞ്ഞു. ചാണക വറളികൂനയിൽ ധ്യാനനിമഗ്നനായിരുന്ന

ചാണക്യന് അപകടം കണ്ടറിയാൻ സാധിച്ചില്ല. ചാണക വറളി കൂന തീപിടിച്ച് ആളിക്കത്താൻ തുടങ്ങി. നീണ്ട നാളത്തെ നിരഹാര വ്രതത്താൽ ക്ഷീണിതനായിരുന്ന ചാണക്യന് അഗ്നിയിൽ നിന്നും രക്ഷപ്പെടാൻ സാധിച്ചില്ല. മൌര്യ സാമ്രാജ്യത്തിന്റെ മഹാമന്ത്രിയായിരുന്ന ചാണക്യൻ അങ്ങനെ അഗ്നിയിൽ വെന്ത് വെണ്ണീറായി.

ശത്രുവിനെ നശിപ്പിക്കുമ്പോൾ പൂർണ്ണമായും നശിപ്പിക്കുക എന്ന ചാണക്യന്റെ തന്നെ തന്ത്രത്തെ അക്ഷരാർത്ഥത്തിൽ നടപ്പിലാക്കുന്നതിൽ സുബന്ധു വിജയിച്ചു. ചാണക്യൻ ചതിക്കപ്പെട്ടു.

(രാജ്മോഹൻ)

10

രാമായണത്തി ലെ ദുഃഖപുത്രി ഊർമിള

ലക്ഷ്മണന്റെ ഭാര്യയായിരുന്നു ഊർമിള . ജനകരാജാവിന്റെ പുത്രിയായ ഊർമിള സീതയുടെ സഹോദരി ആണ്. പക്ഷെ ജനകരാജാവിന്റെ പുത്രി എന്ന പേരിൽ സീതാദേവിയാണ് കൂടുതൽ അറിയപ്പെട്ടത്. കുഞ്ഞുന്നാൾ മുതൽ സീതയുടെ ഒരു നിഴൽ മാത്രമായി ഒതുങ്ങി പോയ ഒരു ദുഃഖപുത്രിയായിരുന്നു ഊർമിള..

പലവിധ കാരണങ്ങളെ കൊണ്ട് അഭിഷേകം ചെയ്യാൻ കഴിയാതെ ശ്രീരാമൻ തന്റെ പത്നിയായ സീതയെയും കൂട്ടി വനവാസത്തിനു പോയപ്പോൾ ലക്ഷ്മണനും കൂടെ പോയി. 14 വർഷം അവിടെ കഴിഞ്ഞു.

ഒരേ ദിവസം വിവാഹിതരായവർ ആണ് സീതാരാമന്മാരും, ഊർമിള ലക്ഷ്മണന്മാരും. സീതാസ്വയംവരം നടന്ന അന്നുതന്നെ യാണ്ഊർമിളയുടെയും വിവാഹവും ഉണ്ടായത്.
.

സഹോദരൻ ആയ രാമന്റെയും സഹോദരപത്നിയായ സീതയുടെയും കൂടെ കാട്ടിൽ കഴിയാനായി സ്വന്തം പത്നിയെ ഉപേക്ഷിച്ചു ലക്ഷ്മണൻ പോകുകയായിരുന്നു.

അന്നുമുതൽ കൊട്ടാരത്തിലെ എല്ലാ സൗകര്യങ്ങളും ആർഭാടങ്ങളും ഉപേക്ഷിച്ചു ഒരു ദുഃഖപുത്രി ആയി കഴിയുകയായിരുന്നു ഊർമിള. രാമായണത്തിൽ അധികമാരും ഓർക്കാത്ത ഒരു കഥാപാത്രം.

(രാജ്മോഹൻ)

11

മഹാവിഷ്ണുവിന്റെ അവതാര കഥകൾ

ഹൈന്ദവമത ഐതിഹ്യപ്രകാരം മഹാവിഷ്ണുവിന്റെ പത്ത് അവതാരങ്ങളാണ് മത്സ്യം , കൂർമ്മം , വരാഹം , നരസിംഹം , വാമനൻ , പരശുരാമൻ , ശ്രീരാമൻ , ബലരാമൻ , ശ്രീകൃഷ്ണൻ , കൽക്കി .

1. മത്സ്യാവതാരം.

ഹൈന്ദവമത ഐതിഹ്യപ്രകാരം മഹാവിഷ്ണുവിന്റെ പത്ത് അവതാരങ്ങളിൽ ആദ്യത്തേതാണ് മത്സ്യാവതാരം. വൈവസ്വതമനു എന്ന മനുവിന്റെ ഭരണകാലത്താണ് മഹാവിഷ്ണു മത്സ്യമായി

അവതരിച്ചത്. ബ്രഹ്മാവ് വേദം ചൊല്ലിക്കൊണ്ടിരുന്ന സമയം ഹയഗ്രീവൻ എന്ന അസുരൻ ബ്രഹ്മസന്നിധിയിൽ നിന്ന് വേദസംഹിതകൾ അപഹരിച്ചു. ഈ അസുരനെ വധിച്ച് വേദങ്ങളെ തിരിച്ചെടുക്കുന്നതിനായി മഹാവിഷ്ണു മത്സ്യാവതാരം കൈക്കൊണ്ടു.

വൈവസ്വതമനു സ്നാനാദികർമ്മങ്ങൾക്കായി കൃതമാല നദിയിൽ ഇറങ്ങിയ നേരം ഒരു മത്സ്യം തന്നെ രാജാവിന്റെ കൂടെ കൊണ്ടുപോകണം എന്ന് ആവശ്യപ്പെട്ടു. ദയാലുവായ രാജാവ് മത്സ്യത്തെ മൺകുടത്തിൽ വളർത്തി. കാലക്രമേണ മത്സ്യം വളർന്നു. മത്സ്യത്തെ ഗംഗാനദിയിൽ നിക്ഷേപിച്ചു. ഏതാനും നാളുകൾ കഴിഞ്ഞപ്പോൾ ഗംഗാനദി മത്സ്യത്തെ വഹിയ്ക്കാൻ അശക്തയായി. ഒടുവിൽ മത്സ്യം രാജാവിനോട് ഏഴുദിവസത്തിനുള്ളിൽ മഹാപ്രളയം സംഭവിയ്ക്കുമെന്നും ഒരു തോണി നിർമ്മിച്ച് സപ്തർഷികളോടൊപ്പം രക്ഷപ്പെടാൻ ആവശ്യപ്പെടുകയും ചെയ്തു. മഹാപ്രളയസമയത്ത് മത്സ്യത്തിനു മുളച്ച കൊമ്പിൽ തോണിയുമായി ഹിമവത് ശൃംഗത്തിലെത്തി. മനുവും സപ്തർഷികളും ഏതാനും ബീജങ്ങളും മാത്രം അവശേഷിച്ചു.

2. കൂർമ്മം

ഹൈന്ദവ പുരാണപ്രകാരം മഹാവിഷ്ണുവിന്റെ രണ്ടാമത്തെ അവതാരമാണ് കൂർമ്മം. ദുർവാസാവ് മഹർഷിയുടെ ശാപം നിമിത്തം ജരാനര ബാധിച്ചുപോയ ദേവന്മാർ, തങ്ങളുടെ ജരാനര പാലാഴി കടഞ്ഞെടുത്ത് അമൃതം ഭക്ഷിച്ചാൽ മാറുമെന്ന് മനസ്സിലാക്കി. അതിൻപ്രകാരം ദേവാസുരന്മാർ പാലാഴി കടയാൻ തുടങ്ങി. മന്ഥരപർവതം കടകോലും വാസുകി എന്ന സർപ്പം കയറുമാക്കി പാലാഴി മഥനം ആരംഭിച്ചു. ഈ സമയം ആധാരമില്ലാത്തതിനാൽ, സമുദ്രത്തിലാണ്ടുപോയ മന്ഥരപർവതത്തെ പൂർവസ്ഥിതിയിൽ എത്തിയ്ക്കുന്നതിനായാണ് കൂർമ്മാവതാരം കൈക്കൊണ്ടത്. തന്റെ പുറത്തുതാങ്ങി പർവതത്തെ മേല്പോട്ടുയർത്തി.

3. വരാഹം

മഹാവിഷ്ണുവിന്റെ മൂന്നാമത്തെ അവതാരമാണ് വരാഹം. വിഷ്ണുപുരാണം, മഹാഭാരതം, വരാഹപുരാണം തുടങ്ങി പ്രാചീന ഗ്രന്ഥങ്ങളിൽ വരാഹത്തെപ്പറ്റിയുള്ള പരാമർശങ്ങൾ കാണപ്പെടുന്നു.

മഹാവിഷ്ണുവിന്റെ ഗോപുരദ്വാരത്തിൽ നിന്നിരുന്ന രണ്ട് കിങ്കരന്മാരാണ് ജയനും വിജയനും. സനകാദി മഹർഷികൾ ഒരിയ്ക്കൽ മഹാവിഷ്ണുവിനെ സന്ദർശിയ്ക്കുന്നതിനായി വൈകുണ്ഠത്തിൽ ചെന്നു. എന്നാൽ ജയവിജയന്മാർ ഇവരെ അനാദരിച്ചു. താപസന്മാരെ ദാനവന്മാരാകട്ടെ എന്ന് ശപിച്ചു. ശേഷം മൂന്നുതവണ മഹാവിഷ്ണുവിനാൽ ഈ ജന്മങ്ങളിൽ നിഗ്രഹിയ്ക്കപ്പെട്ടാൽ ശാപമോക്ഷം ലഭിയ്ക്കും എന്ന് അവർ അനുഗ്രഹിയ്ക്കുകയും ചെയ്തു. അപ്രകാരം കശ്യപമഹർഷിയ്ക്കും ദിതിയ്ക്കും ജനിച്ച പുത്രന്മാരാണ് ഹിരണ്യാക്ഷനും ഹിരണ്യകശിപുവും. അസുരന്മാരായി ജനിച്ച ജയവിജയന്മാർ ലോകപീഡ ചെയ്തു നടക്കാൻ തുടങ്ങി. ഒരിയ്ക്കൽ ഹിരണ്യാക്ഷൻ സമുദ്രത്തിലിറങ്ങി ഗദ കൊണ്ട് തിരമാലകളെ താഡനം ചെയ്തുകൊണ്ടിരുന്നു. ഭയചകിതനായ വരുണദേവൻ മഹാവിഷ്ണുവിനെ അഭയം പ്രാപിയ്ക്കുകയും മഹാവിഷ്ണു വരാഹവേഷം കൈക്കൊണ്ട് സമുദ്രഭാഗത്ത് എത്തി. മഹാവിഷ്ണുവിനെ കണ്ട നേരം ഹിരണ്യാക്ഷൻ ഭൂലോകത്തെ കയ്യിലേന്തി പാതാളത്തിലേയ്ക്ക് പലായനം ചെയ്തുവെന്നും വരാഹവേഷം പൂണ്ട മഹാവിഷ്ണു അവിടെച്ചെന്ന് ഹിരണ്യാക്ഷനെ വധിച്ച് ഭൂലോകത്തെ വീണ്ടെടുത്തു എന്നുമാണ് ഐതിഹ്യം.

4. നരസിംഹം

ഹൈന്ദവ ഐതിഹ്യപ്രകാരം മഹാവിഷ്ണുവിന്റെ ദശാവതാരങ്ങളിലെ നാലാമത്തെ അവതാരമാണ് നരസിംഹം. സഹോദരനായ ഹിരണ്യാക്ഷന്റെ വധത്തെ തുടർന്ന് ഹിരണ്യകശിപു ക്രോധാവിഷ്ടനായി. ബ്രഹ്മാവിനെ തപസ്സ് ചെയ്ത് താഴെ പറയുന്ന മട്ടിലേ തന്റെ മരണം ആകാവൂ എന്ന വരം വാങ്ങി.

" മനുഷ്യനോ മൃഗമോ തന്നെ കൊല്ലരുത്

ആയുധങ്ങൾ കൊണ്ട് തന്നെ കൊല്ലരുത്

രാവോ പകലോ തന്നെ കൊല്ലരുത്

ഭൂമിയിലോ ആകാശത്തോ പാതാളത്തോ വെച്ച് തന്നെ കൊല്ലരുത് "

ഹിരണ്യകശിപുവിന് പരമവിഷ്ണുഭക്തനായ പുത്രൻ ജനിച്ചു.

വിഷ്ണുഭക്തിയിൽ നിന്നും തന്റെ പുത്രനായ പ്രഹ്ലാദനെ പിന്തിരിപ്പിയ്ക്കാൻ ഹിരണ്യകശിപു ശ്രമിച്ചെങ്കിലും പരാജയപ്പെട്ടു. ഹിരണ്യകശിപു പ്രഹ്ലാദനെ വധിയ്ക്കാൻ പല മാർഗ്ഗങ്ങളും സ്വീകരിച്ചു. പരാജിതനായ ഹിരണ്യകശിപു ക്രോധം പൂണ്ട് പ്രഹ്ലാദനോട് വിഷ്ണുവിനെ കാട്ടിത്തരാൻ ആവശ്യപ്പെട്ടു. തൂണിലും തുരുമ്പിലും വിഷ്ണു വസിയ്ക്കുന്നുണ്ടെന്ന് പ്രഹ്ലാദൻ അറിയിയ്ക്കുകയും അനന്തരം തൂൺ പിളർന്ന് മഹാവിഷ്ണു നരസിംഹമൂർത്തിയായി അവതരിച്ചു. സന്ധ്യക്ക് തന്റെ മടിയിൽ കിടത്തി നഖങ്ങൾ കൊണ്ട് മനുഷ്യനോ മൃഗമോ അല്ലാത്ത നരസിംഹം ഹിരണ്യകശിപു വധം നടത്തി. ശേഷം ശാന്തനായ നരസിംഹമൂർത്തി പ്രഹ്ലാദനെ അനുഗ്രഹിച്ച് അപ്രത്യക്ഷനായി.

5. വാമനൻ

ഹൈന്ദവപുരാണങ്ങളനുസരിച്ച് മഹാവിഷ്ണുവിന്റെ അവതാരങ്ങളിൽ ആദ്യത്തെ മനുഷ്യരൂപം വാമനനാണ്. പ്രഹ്ലാദന്റെ ശാപപ്രകാരം മഹാബലിയെ പാതാളത്തിലേക്കയക്കാൻ അവതരിച്ച "വടു" ആയിരുന്നു വാമനൻ. മഹാവിഷ്ണുവിന്റെ ഒമ്പത് അവതാരങ്ങളിൽ മദ്ധ്യത്തിലേത് എന്നനിലയിൽ ആണ് വാമനാവതാരം ശ്രദ്ധേയമാണ്. അദിതിയുടേയും കശ്യപന്റെയും

പുത്രനായാണ് വാമനൻ ജനിച്ചത്

6. പരശുരാമൻ

കേരളോല്പത്തി കഥയിൽ പരശുകൊണ്ട് കേരളക്കരയെ സമുദ്രത്തിൽ നിന്ന് വീണ്ടെടുത്ത മഹാബ്രാഹ്മണനെന്ന് വിവരിക്കപ്പെട്ടിരിക്കുന്ന മുനി. പരശു ആയുധമാക്കിയ ഭാർഗ്ഗവപുത്രൻ രാമനെ പരശുരാമനെന്ന് ഇതിഹാസങ്ങൾ വാഴ്ത്തുന്നു. ത്രേതായുഗത്തിൽ ശ്രീരാമന്റെ ഗുരുവായും, ദ്വാപരയുഗത്തിൽ ഭീഷ്മരുടെയും പിന്നീട് കർണ്ണന്റെ ഗുരുവായും ആയോധനകലകൾ അഭ്യസിപ്പിച്ചിരുന്നു. രാമൻ ഇതിഹാസങ്ങളിലും പിന്നീട് വന്ന ഇതിഹാസങ്ങളുടെ പുനർവായനയിലും വിവാദപുരുഷനായി നിലകൊള്ളുന്നു. ദക്ഷിണഭാരതത്തിലേക്കുള്ള ആര്യാവർത്തത്തിന്റെ കൈയേറ്റമായിട്ടാണ് പലരും പരശുരാമൻ ദക്ഷിണഭാരതത്തിൽ ബ്രാഹ്മണക്ഷേത്രങ്ങൾ സ്ഥാപിച്ചതിനെ കാണുന്നത്. പിതാവിന്റെ ആജ്ഞയനുസരിച്ച് സ്വന്തം അമ്മയുടെ കഴുത്തറുത്തു കൊന്നുവെന്നതിലൂടെയും ഇതിഹാസങ്ങളിൽ രാമൻ വിവാദപുരുഷനാവുന്നു. ഹൈന്ദവപുരാണം പ്രകാരം സപ്തചിരഞ്ജീവികളിൽ ഒരാളും വിഷ്ണുവിന്റെ ദശാവതാരങ്ങളിൽ ഒരാളുമാണ് പരശു

ആയുധമാക്കിയ രാമൻ.

7. ശ്രീരാമൻ

വിഷ്ണുവിന്റെ ദശാവതാരങ്ങളിൽ ഏഴാമത്തേതാണ് അവതാരമാണ് രാമൻ . അയോദ്ധ്യയിലെ രാജാവായിരുന്നു രാമൻ. ഇദ്ദേഹത്തെ കേന്ദ്രീകരിച്ചാണ് രാമായണം പുരോഗമിക്കുന്നത്.

ഹിന്ദു ആരാധനാമൂർത്തികളിൽ പ്രധാനിയാണ് രാമൻ.

അയോദ്ധ്യയിലെ രാജാവായിരുന്ന ദശരഥന് പട്ടമഹിഷിയായ കൗസല്യയിൽ ജനിച്ച ആദ്യപുത്രനാണ് രാമൻ. ഹിന്ദുമതത്തിൽ രാമനെ മര്യാദാ പുരുഷോത്തമനായി കരുതുന്നു. നന്മയുടെ ദൈവമായും ശ്രീരാമനെ കരുതുന്നു. ലക്ഷ്മീദേവിയുടെ അവതാരമായ സീതാദേവിയാണ് പത്നി. ഉത്തമസ്ത്രീയായി സീതയെ കരുതുന്നു . ഭരതൻ, ലക്ഷ്മണൻ, ശത്രുഘ്നൻ എന്നിവരായിരുന്നു രാമന്റെ സഹോദരൻമാർ.

രാമചരിതവും ജീവനവും ധർമ്മത്തിന് ഉദാഹരണമാണ്. ഉത്തമപുരുഷനും പൂർണ്ണ മനുഷ്യനുമായിരുന്നു രാമൻ. ദശരഥൻ കൊടുത്ത ശപഥം മുൻനിർത്തി, തന്റെ മകനായ ഭരതൻ രാജാവാകണം എന്നുള്ളതും പതിന്നാലു വർഷത്തെ രാമൻ വനവാസത്തിന് പോകണം എന്നുള്ളതും കൈകേയിയുടെ ആവശ്യപ്രകാരമായിരുന്നു. പത്നി സീതക്കും അനുജൻ ലക്ഷ്മണനും രാമനെ പിരിഞ്ഞിരിക്കുവാൻ കഴിയാത്തതുകൊണ്ട് പതിന്നാലു വർഷത്തെ വനവാസത്തിന് രാമനൊപ്പം പോകുകയും ചെയ്തു. വനവാസത്തിനിടക്ക് രാക്ഷസ രാജാവായ ലങ്കേശ്വരൻ രാവണൻ സീതയെ അപഹരിക്കുകയും ചെയ്തു. ക്ലേശകരവും ശ്രമകരവുമായ നീണ്ട തിരച്ചിലിനു ശേഷം, സീത ലങ്കയിൽ ഉണ്ടെന്ന് ഹനുമാൻ കണ്ടെത്തുകയും. ഘോരയുദ്ധത്തിനൊടുവിൽ രാവണനെ നിഗ്രഹിച്ച് സീതയെ വീണ്ടെടുക്കുകയും ചെയ്തു.

വനവാസത്തിനുശേഷം അയോദ്ധ്യയിൽ തിരിച്ചെത്തിയ രാമന്റെ കിരീടധാരണം നടക്കുകയും, അയോധ്യയുടെ രാജാവായി അവരോധിക്കുകയും ചെയ്തു. അങ്ങനെ അന്തിമഫലമായ ദേശത്തിന്റെ ചക്രവർത്തിയായി, പിന്നീടുള്ള പതിനോരായിരം വർഷം സന്തോഷത്തിന്റെയും,

സമാധാനത്തിന്റെയും, ഐശ്വര്യത്തിന്റെയും, ന്യായത്തിന്റെയും യുഗമായ രാമരാജ്യ മായി അറിയപ്പെട്ടു.

8. ബലരാമൻ

ഹിന്ദുമത വിശ്വാസപ്രകാരം മഹാവിഷ്ണുവിന്റെ അവതാരമാണ് ബലരാമൻ .

ബാലദേവൻ,ബാലഭദ്രൻ,ഹലായുധൻ എന്നീ പേരുകളിലൊക്കെ അറിയപ്പെടുന്ന ബലരാമനെ, ശ്രീകൃഷ്ണന്റെ ജ്യേഷ്ഠനായാണ് പുരാണങ്ങളിൽ ചിത്രീകരിച്ചിരിക്കുന്നത്. വൈദീക സാഹിത്യത്തിലെ ഇന്ദ്രൻ പരിവർത്തനം വന്ന് കൃഷിക്കാർക്ക് രാമനായിത്തീരുകയും പൂർവഭാരതത്തിൽ ദാശരഥിരാമനായും പശ്ചിമഭാരതത്തിൽ ബലരാമനായും സ്വീകരിക്കപ്പെട്ടിരുന്നു.

മഹാവിഷ്ണുവിന്റെ അവതാരമാകുമ്പോഴും ബലരാമൻ അനന്തന്റെ അവതാരമായി കരുതിപോരുന്നു. ത്രേതായുഗത്തിലെ അനന്തന്റെ അവതാരമായ ലക്ഷ്മണനുശേഷം ദ്വാപരയുഗത്തിൽ ഭഗവാനു ജ്യേഷ്ഠനായി പിറന്നുവെന്നാണ് പുരാണങ്ങൾ

ഘോഷിക്കുന്നത്.

9. ശ്രീ കൃഷ്ണൻ

ഹിന്ദുമതവിശ്വാസപ്രകാരം മഹാവിഷ്ണുവിന്റെ ദശാവതാരങ്ങളിൽ ഒന്നാണ് കൃഷ്ണൻ . കൃഷ്ണനെ ചക്രധാരിയായിട്ടാണ് കണക്കാക്കുന്നത്. മഹാഭാരതത്തിലെ ഒരു പ്രധാന കഥാപാത്രം കൂടിയാണ് കൃഷ്ണൻ. എന്നാൽ കൃഷ്ണ-വസുദേവ് എന്ന പശ്ചിമേന്ത്യൻ വീര-ആത്മീയ നായകനെ ഹിന്ദുമതം ആവാഹിച്ച് വിഷ്ണുവിന്റെ അവതാരമാക്കിയതാണ് എന്നുമാണ് ചരിത്രകാരന്മാർ പറയുന്നത്.

ഭഗവാൻ വിഷ്ണു മനുഷ്യ ലോകത്തിൽ നന്മയ്ക്കു അപചയം സംഭവിക്കുമ്പോൾ ധർമ സംരക്ഷണത്തിനായി അവതരിക്കുന്നു. ഭൂമിദേവിയുടെ അപേക്ഷ പ്രകാരം മർത്യ ലോകത്തെ ശുദ്ധീകരിച്ചു ധർമം പുനസ്ഥാപിക്കാൻ ഭഗവാൻ അവതരിച്ചു.

10. കൽക്കി

ഹൈന്ദവ വിശ്വാസപ്രകാരം മഹാവിഷ്ണുവിന്റെ പത്താമത്തേതും അവസാനത്തേതുമായ അവതാരമാണ് കൽക്കിഎന്നു പറയപ്പെടുന്നു. കലിയുഗത്തിന്റെ അവസാനത്തിൽ എല്ലാ ജനങ്ങളും നാസ്തികരായി, ശീലഗുണമില്ലാത്തവരായി ഭവിക്കും. ലോകം അധർമ്മങ്ങളായ പ്രവൃത്തികളെക്കൊണ്ട് നിറയും. ഈ കാലഘട്ടത്തിൽ മഹാവിഷ്ണു വിഷ്ണുയശസ്സിന്റെ പുത്രനും യാജ്ഞ്യവൽക്യപുരോഹിതനുമായ കൽക്കി ആയവതരിച്ച് ദുഷ്ടനിഗ്രഹം നടത്തും. പ്രജകളെ ചാതുർവർണ്ണ്യത്തിലും നാലാശ്രമങ്ങളിലും സനാതനമാർഗ്ഗത്തിലും തിരികെ കൊണ്ടുവന്ന് യഥോചിതമായ മര്യാദ നിലനിർത്തും. ശേഷം കൽക്കി അവതാരം ഉപേക്ഷിച്ച് സ്വർഗാരോഹണം നടക്കും. അനന്തരം കലിയുഗം അവസാനിക്കും. കൃതയുഗം ആരംഭിക്കുകയും ചെയ്യും.

(രാജ്മോഹൻ)

12

നാരദൻ സ്ത്രീ ആയി മാറിയ കഥ

ശ്രീമദ് ഭാഗവത പുരാണത്തിലെ ഏഴാമത്തെ സ്കന്ദത്തിലാണ് നാരദൻ സ്ത്രീയായി മാറുന്നത്.

ആഗ്രഹത്തെക്കുറിച്ചും പുനർജന്മത്തെക്കുറിച്ചും ചർച്ച ചെയ്തുകൊണ്ട് ഒരു സുദീർഘമായ യാത്രയ്ക്ക് ശേഷം ദേവർഷി നാരദനും മഹാവിഷ്ണുവും ഒരു നീരൊഴുക്കിനടുത്തെത്തി.

കുളിക്കാതെ അരുവിയിലെ വെള്ളം കുടിക്കരുതെന്ന് മഹാവിഷ്ണു നാരദ മുനിക്ക് മുന്നറിയിപ്പ് നൽകി. എന്നാൽ ദാഹിച്ചുവലഞ്ഞ നാരദൻ ഉപദേശം അവഗണിച്ച് അരുവിയിലെ വെള്ളം കുടിച്ചു.

അടുത്ത നിമിഷം നാരദൻ നാരദി (നാരി) എന്ന സുന്ദരിയായ കന്യകയായി മാറി. അവൾ (നാരദി) ചുറ്റും നോക്കിയപ്പോൾ ആരെയും കണ്ടില്ല.

വനത്തിലൂടെ അലഞ്ഞുതിരിഞ്ഞ് അവൾ ഒരു മുനിയുടെ ആശ്രമത്തിലെത്തി. ഒരു നീണ്ട ധ്യാനത്തിനു ശേഷം മഹർഷി കണ്ണ് തുറന്നിട്ടേയുള്ളൂ. അവൻ അവളിൽ മതിപ്പുളവാക്കുകയും അവളെ അനുഗമിക്കുകയും ചെയ്തു.

കാലക്രമേണ അവൾ അറുപത് കുട്ടികളെ ജനിപ്പിച്ചു. ഒരു ദിവസം അവളുടെ ഭർത്താവും കുട്ടികളും നദിയിലെ വെള്ളപ്പൊക്കത്തിൽ മരിച്ചു.

ഭർത്താവിനെയും കുട്ടികളെയും സംസ്കരിക്കാനുള്ള ശക്തിയില്ലാതെ അവൾ ദുഃഖിതയായി. പെട്ടെന്ന് അവൾക്ക് അസാധാരണമായ വിശപ്പ് തോന്നി.

അവൾ ഒരു മാങ്ങയുടെ മുകളിൽ ഒരു മാങ്ങ കണ്ടു. അവൾ പഴം പറിക്കാൻ ശ്രമിച്ചെങ്കിലും കഴിഞ്ഞില്ല. കടുത്ത വിശപ്പ് കാരണം അവൾ ശവം ഒന്നിനു മുകളിൽ മറ്റൊന്നായി കിടത്തി മാങ്ങ പറിച്ചു.

പെട്ടെന്ന് മറ്റൊരു മുനി അവിടെ പ്രത്യക്ഷപ്പെട്ട് ഭർത്താവിന്റെയും മക്കളുടെയും മരണശേഷം കുളിക്കാതെ ഭക്ഷണം കഴിച്ചതിന് അവളെ ശകാരിച്ചു. എന്നിട്ട് വെള്ളത്തിന് മുകളിൽ മാമ്പഴം പിടിച്ച കൈയിൽ പിടിച്ച് അവൾ നദിയിലേക്ക് പ്രവേശിച്ചു.

ആ സ്ത്രീ വീണ്ടും നാരദ മുനിയായി രൂപാന്തരപ്പെട്ടു. എന്നാൽ വെള്ളത്തിനു മുകളിൽ പിടിച്ച കൈ സ്ത്രീയുടേതായി തുടർന്നു.

അടുത്തു നിൽക്കുന്ന മഹാവിഷ്ണുവിനെ നാരദൻ കണ്ടു. മഹാവിഷ്ണു നാരദനോട് പൂർണ്ണമായി മുങ്ങിക്കുളിക്കാൻ ആവശ്യപ്പെട്ടു.

ഈ സമയം ദേവർഷി നാരദൻ മാമ്പഴം പിടിച്ച കൈ മുക്കി. പകരം വീണയും കയ്യിൽ പിടിച്ചാണ് നാരദൻ പുറത്തിറങ്ങിയത്.

ഭർത്താവ് കാലപുരുഷനാണെന്നും അറുപത് മക്കൾ വയസ്സുള്ളവരാണെന്നും ശ്രീ വിഷ്ണു പിന്നീട് നാരദ മഹർഷിയോട് വിശദീകരിച്ചു.

തൃപ്തികരമല്ലാത്ത ആഗ്രഹങ്ങളും ബന്ധങ്ങളും പുനർജന്മത്തിൽ കലാശിക്കുന്നതായി കഥ

പ്രതീകാത്മകമായി പ്രസ്താവിക്കുന്നു.

(രാജ്മോഹൻ)

13

മായക്കാഴ്ചകൾ

നാരദൻ വിഷ്ണുവിന്റെ അടുത്ത് ചെന്ന് മായകാഴ്ചയുടെ അർത്ഥം ചോദിച്ചു. മറുപടിയായി വിഷ്ണു പറഞ്ഞു, 'ദാഹമകറ്റിയ ശേഷം ഞാൻ വിശദീകരിക്കാം. പോയി എനിക്ക് വെള്ളം കൊണ്ടുവരൂ.'

നാരദൻ വെള്ളമെടുക്കാൻ നദിയിൽ പോയി. എന്നാൽ അവൻ വെള്ളം ശേഖരിക്കുമ്പോൾ ഒരു സുന്ദരിയായ പെൺകുട്ടിയെ കണ്ടു. അവൻ അവളിൽ ആകൃഷ്ടനായി, അവളുടെ ഗ്രാമത്തിലേക്ക് അവളെ അനുഗമിക്കുകയും അവളുടെ പിതാവിനോട് വിവാഹം കഴിക്കാൻ ആവശ്യപ്പെടുകയും ചെയ്തു. അച്ഛൻ സമ്മതിക്കുകയും ഇരുവരും വിവാഹിതരാകുകയും ചെയ്തു. വളരെക്കാലം മുമ്പ്, നാരദൻ ഒരു പിതാവും പിന്നെ മുത്തച്ഛനും പിന്നെ മുത്തച്ഛനുമായിരുന്നു.

നാരദൻ തൃപ്തനായി. പെട്ടെന്ന് ഒരു ദിവസം മഴ പെയ്തു. പിന്നെ മഴ നിർത്താൻ കൂട്ടാക്കിയില്ല. നദി കരകവിഞ്ഞൊഴുകി അതിന്റെ തീരങ്ങൾ തകർന്നു. നാരദന്റെ വീട്ടിൽ വെള്ളം കയറി, അവന്റെ ഭയാനകതയിൽ, അവന്റെ ഭാര്യയും മക്കളും അവന്റെ പേരക്കുട്ടിയും അവന്റെ ചെറുമകനും ഒഴുകിപ്പോയി. വെള്ളം താഴേക്ക് വലിച്ചപ്പോൾ അവൻ നിലവിളിക്കുകയും സഹായത്തിനായി നിലവിളിക്കുകയും ചെയ്തു. പെട്ടെന്ന് അവനെ വലിച്ചിഴച്ചു, വിഷ്ണുവിന്റെ മുമ്പിലുള്ള വൈകുണ്ഠത്തിൽ (വിഷ്ണുവിന്റെ വസതിയിൽ) സ്വയം കണ്ടെത്തി.

'നാരദ്,' വിഷ്ണു പറഞ്ഞു, 'എന്റെ വെള്ളം എവിടെ? എനിക്കിപ്പോഴും ദാഹിക്കുന്നു.' നാരദന് മനസ്സിലായില്ല. അവന്റെ കുടുംബം, ഭാര്യയുടെ ഗ്രാമം, നദി എവിടെയായിരുന്നു?

എവിടെ നിന്നാണ് ഈ വേദനയും കഷ്ടപ്പാടും നാരദേ?' വിഷ്ണു ചിരിച്ചു കൊണ്ട് ചോദിച്ചു. 'എനിക്ക് വേണ്ടി വെള്ളമെടുക്കാൻ പുറപ്പെടുന്നതിന് മുമ്പ് നിങ്ങൾക്ക് മായയെക്കുറിച്ച് പൂർണ്ണമായ അറിവുണ്ടെന്ന് ഞാൻ കരുതി.'

നാരദൻ ഭയത്തോടെ തല കുനിച്ചു. അവന് മായ എന്താണെന്ന് അറിയാമായിരുന്നു, പക്ഷേ ഒരിക്കലും മായകാഴ്ച അനുഭവിച്ചിട്ടില്ല. ബ്രഹ്മാവ് തന്റെ പുത്രന്മാരെ വിവാഹം കഴിക്കാൻ പ്രോത്സാഹിപ്പിച്ചു, അങ്ങനെ അവർക്ക് മിഥ്യാബോധം അനുഭവപ്പെടും. മായകാഴ്ചക്കുറിച്ചുള്ള അറിവ് മായയുടെ അനുഭവമല്ല. ഒരാൾക്ക് മായകാഴ്ച അനുഭവിച്ചില്ലെങ്കിൽ, അതിൽ കുടുങ്ങിപ്പോയവരോട് സഹതപിക്കാൻ അയാൾക്ക് കഴിയില്ല.

(രാജ്മോഹൻ)

14

അശ്വത്ഥാമാവിന്റെ കഥ

അശ്വത്ഥാമാവിന്റെ പിതാവായ ദ്രോണർ ദരിദ്രനായിരുന്നു. ദ്രോണർക്ക് തന്റെ കുഞ്ഞായിരുന്ന അശ്വത്ഥാമാവിനു പാല് വാങ്ങികൊടുക്കുവാൻ പോലും സാധിച്ചിരുന്നില്ല. ഒരിക്കൽ അശ്വത്ഥാമാവിന്റെ കളിക്കൂട്ടുകാർ പാലെന്ന വ്യാജേന കുറെ അരിമാവ് കലക്കി അദ്ദേഹത്തിന് കുടിക്കുവാൻ കൊടുത്തു. അശ്വത്ഥാമാവ് പാലെന്നു കരുതി അത് വാങ്ങിക്കുടിച്ചിട്ട് താൻ ശക്തനായെന്ന ഭാവത്തിൽ ഓടിക്കളിക്കുവാൻ തുടങ്ങി. അപ്പോൾ സുഹൃത്തുക്കൾ , അത് പാലല്ലായിരുന്നെന്നും അരിമാവാണെന്നും നിന്റെ പിതാവായ ദ്രോണർ ദരിദ്രനാകയാൽ പാല് വാങ്ങിത്തരുവാൻ സാധിക്കില്ലെന്നും പറഞ്ഞു കളിയാക്കി. അശ്വത്ഥാമാവ് കരഞ്ഞുകൊണ്ട് ഈ വിവരം പിതാവിനെ അറിയിച്ചു. ഈ കാരണത്താൽ അദ്ദേഹം തന്റെ പൂർവ്വ സുഹൃത്തായ ദ്രുപദമഹാരാജാവിനെ

കാണാൻ തീരുമാനിച്ചു.

അശ്വത്ഥാമാവിനെയും മാതാവായ കൃപിയേയും കൊണ്ട് പിതാവായ ദ്രോണാചാര്യൻ തന്റെ ബാല്യകാല സുഹൃത്തായ ദ്രുപദ രാജാവിനോട് സഹായമഭ്യർത്ഥിക്കാൻ പോയെങ്കിലും ദ്രോണരെ അയാൾ അപമാനിച്ചു വിടുകയാണുണ്ടായത്. കടുത്ത അമർഷത്തോടെ ദ്രോണർ ഹസ്തിനപുരിയിലേക്കു പോവുകയും അവിടെ കുറച്ചുകാലം വസിക്കുകയും ചെയ്തു. തുടർന്ന് അദ്ദേഹം ഭീഷ്മരെയും കൗരവ പാണ്ഡവാദികളെയും പരിചയപ്പെടുകയും അവരുടെ ഗുരുസ്ഥാനമലങ്കരിക്കുകയും ചെയ്തു. അന്നുമുതൽ അശ്വത്ഥാമാവിന്റെ വാസം രാജകുമാരന്മാരോടൊത്തു കൊട്ടാരത്തിലായി.

അശ്വത്ഥാമാവ് അതിബുദ്ധിമാനായിരുന്നു. അശ്വത്ഥാമാവിനും അർജ്ജുനനും ദ്രോണാചാര്യർ മറ്റു ശിഷ്യന്മാർക്കറിയാത്തതായ പലവിധ നിഗൂഢവിദ്യകളും ഉപദേശിച്ചു കൊടുത്തിരുന്നു. എങ്കിലും നിഗൂഢവിദ്യകളിൽ കേമനായ അശ്വത്ഥാമാവിനെയാണ് മഹാഭാരതകാവ്യത്തിൽ വ്യാസൻ എടുത്തു കാട്ടുന്നത്. വെറും ഒരു പുൽക്കൊടിയിൽ നിന്നു പോലും 'ബ്രഹ്മശിരസ്സ്' പോലുള്ള

ദിവ്യാസ്ത്രങ്ങളെ പ്രകടമാക്കുവാൻ അശ്വത്ഥാമാവിന് സാധിച്ചിരുന്നു.

മഹാഭാരതയുദ്ധത്തിൽ പാണ്ഡവർക്ക് ഏറ്റവും കൊടിയ നാശനഷ്ടമുണ്ടാക്കിയതിലൊരാൾ അശ്വത്ഥാമാവാണ്. ഇദ്ദേഹം ദുര്യോധനന് വേണ്ടി കൗരവപക്ഷത്തു നിന്ന് പാണ്ഡവരോട് യുദ്ധം ചെയ്തു. യുദ്ധത്തിലെ പതിനെട്ടാം നാളിലെ രാത്രിയിൽ അശ്വത്ഥാമാവായിരുന്നു കൗരവ സർവ്വസൈന്യാധിപൻ. പാണ്ഡവ ശിബിരത്തിൽ കടന്നുകയറി പാണ്ഡവരുടെ അവശേഷിച്ച സൈന്യങ്ങളെയും പാണ്ഡവർക്ക് ദ്രൗപദിയിൽ ജനിച്ച സന്താനങ്ങളെയും സേനാനായകനായ ധൃഷ്ടദ്യുമ്നനെയും ശിഖണ്ഡിയേയും കൊന്നൊടുക്കി. തുടർന്ന് പാണ്ഡവർക്ക് ഇനി മക്കളാരും ജീവിച്ചിരിപ്പില്ലെന്നും അനന്തരാവകാശികളായി ആരുമില്ലെന്നും ഉറപ്പു വരുത്തിയിട്ടാണ് അദ്ദേഹം ശിബിരം വിട്ടത്. മരണാസന്നനായി കിടന്ന ദുര്യോധനനെ ഈ വിവരം അദ്ദേഹം അറിയിക്കുകയും ചെയ്തു.

(രാജ്മോഹൻ)

15

മഹാവിഷ്ണു ശ്രീരാമ അവതാരം അവസാനിപ്പിച്ച കഥ

സീതയുടെ ഭൂമിയിലേക്കുള്ള അന്തർദ്ധാനത്തിനു ശേഷവും രാമൻ കുറച്ചുകാലം രാജ്യം ഭരിച്ചു. അപ്പോഴേക്കും ലവകുശന്മാർ വളർന്നു ഭരണപ്രാപ്തിയെത്തി. അങ്ങനെയായപ്പോൾ സ്വർഗ്ഗവാസികൾ, അവതാരലക്ഷ്യം പൂർത്തിയാക്കിയ മഹാവിഷ്ണുവിനെ തിരിച്ച് പൂർണ്ണമായും സ്വർഗ്ഗത്തേക്ക് മടക്കാൻ വേണ്ടി പദ്ധതികൾ മെനഞ്ഞു.

ഒടുവിൽ ഒരു പദ്ധതിയുടെ ഭാഗമായി യമൻ മുനിയായി വേഷം മാറി വന്ന് രാമനോടൊപ്പം ഒരു രഹസ്യകാര്യം ചർച്ച

ചെയ്യണമെന്നാവശ്യപ്പെട്ടു. അതീവരഹസ്യമായതിനാൽ സംഭാഷണത്തിനിടയിൽ ആരും (ലക്ഷ്മണൻ പോലും) ആ മുറിക്കുള്ളിൽ കടക്കുവാൻ പാടില്ലെന്നും, അങ്ങനെ കടന്നാൽ അയാളെ രാമൻ വധിക്കണമെന്നും മുനി (യമൻ) ആവശ്യപ്പെട്ടു. രാമൻ മുനിക്ക് വാക്കുനല്കി, ലക്ഷ്മണനെ ആ മുറിക്ക് പുറത്തു കാവൽ നിർത്തി.

യമൻ രാമനുമായി വളരെ നേരം സംസാരിച്ചു കൊണ്ടിരുന്നു. രാമൻ വിഷ്ണുവിൻ്റെ അവതാരമാണെന്നും ലക്ഷ്യപ്രാപ്തിയെത്തിയ അവതാരം മതിയാക്കി വൈകുണ്ഠത്തേക്ക് മടങ്ങണമെന്നും ഓർമ്മിപ്പിച്ചു.

ഇതിനിടെ, കോപത്തിനു കുപ്രസിദ്ധനായ മുനി ദുർവാസാവ് രാമനെക്കാണാൻ വന്നു. തനിക്ക് ഇപ്പോൾ തന്നെ രാമനെ കണ്ടേ മതിയാകൂ എന്ന് ശഠിച്ച മുനി, അല്പനേരം ക്ഷമിക്കാനുള്ള ലക്ഷ്മണൻ്റെ അഭ്യർത്ഥനയ്ക്ക് വഴങ്ങിയില്ല. അകത്തു നടക്കുന്ന കാര്യത്തിൻ്റെ ഗൗരവം ദുർവാസാവിനെപ്പറഞ്ഞു മനസ്സിലാക്കാൻ ലക്ഷ്മണനു സാധിച്ചില്ല. ദുർവാസാവ് കുപിതനായി. തന്നെ അകത്തേക്ക് അനുവദിച്ചില്ലെങ്കിൽ അയോധ്യാവാസികളെയെല്ലാം ശപിച്ച്

ഭസ്മമാക്കിക്കളയുമെന്നായി അദ്ദേഹം.

ലക്ഷ്മണൻ ധർമ്മസങ്കടത്തിലായി. അന്വേഷിച്ചു വന്ന മുനിയെ അകത്തുകയറ്റിയാൽ അദ്ദേഹത്തെ രാമന് വധിക്കേണ്ടി വരും; രാമന് മുനിയെക്കൊന്ന പാപമുണ്ടാകും, അത് വംശത്തെത്തന്നെ ഇല്ലാതാക്കും. അകത്തുകയറ്റിയില്ലെങ്കിൽ ഇദ്ദേഹം അയോധ്യാവാസികളെയും രാമനെയും വംശത്തെയുമെല്ലാം ശപിച്ച് ഭസ്മമാക്കും.

ഒടുവിൽ ലക്ഷ്മണൻ തീരുമാനിച്ചു - താൻ തന്നെ അകത്ത് ആദ്യം പ്രവേശിച്ച് രാമനോട് കാര്യം പറയാം. അവിടെ നടക്കുന്ന സംഭാഷണം നിർത്താം. അതിലൂടെ തൻ്റെ ജീവിതം മാത്രമേ നഷ്ടപ്പെടുകയുള്ളൂ. വിധിയുടെ ലീലയെ സ്വീകരിച്ച്, ദുർവാസാവിനെ ശാന്തനാക്കി, ലക്ഷ്മണൻ വാതിൽ തുറന്ന് അകത്തേക്ക് കടന്നു.

സംഭാഷണം മുറിച്ച ലക്ഷ്മണനെ കണ്ട് രാമൻ സ്തബ്ധനായി. നിരാശനായ യമൻ, തനിക്ക് നല്കിയ വാക്ക് പാലിക്കണമെന്ന് ആവശ്യപ്പെട്ട് അവിടെ നിന്നും യാത്രയായി. തൻ്റെ ഭാര്യ കൺമുന്നിൽ മരിക്കുന്നത് കണ്ട ദുഃഖം മാറാത്ത രാമന് തൻ്റെ അനുജനെ വധിക്കാൻ വിധിയുടെ

നിയോഗം. തന്നെ വധിച്ചായാലും കൊടുത്ത വാക്ക് നിറവേറ്റണമെന്നായി ലക്ഷ്മണൻ. ആപ്തവാക്യപ്രകാരം അന്തിമക്രിയകൾ ചെയ്യുകയും ബന്ധം പൂർണ്ണമായി വിച്ഛേദിച്ച് ഉപേക്ഷിക്കുകയും ചെയ്യുന്നത് വധിക്കുന്നതിന് തുല്യം എന്നത്രേ.

തൻ്റെ പ്രിയ അനുജനെ വെട്ടാനാകാതെ രാമൻ ഈ വാക്യപ്രകാരം, നോവുന്ന മനസ്സോടുകൂടി ലക്ഷ്മണൻ്റെ അനുജത്വം നിഷേധിക്കുകയും ഉപേക്ഷിക്കുകയും ചെയ്തു. ജ്യേഷ്ഠൻ ഉപേക്ഷിച്ച ലക്ഷ്മണൻ, തൻ്റെ ദുഃഖം സഹിക്കവയ്യാതെ, മടങ്ങുവാനുള്ള സമയമായെന്നുറച്ച്, സരയൂനദിയിൽ പ്രാണത്യാഗം ചെയ്തു.

തുടർന്ന്, രാജ്യം ലവകുശന്മാരെ ഏൽപ്പിച്ച ശേഷം മനംനൊന്ത് രാമനും സരയുവിൽച്ചാടി ജീവത്യാഗം ചെയ്തു.

(രാജ്മോഹൻ)

www.ingramcontent.com/pod-product-compliance
Lightning Source LLC
La Vergne TN
LVHW060148051026
849517LV00007B/2586
9798890021908